आपल्या स्नेहीजनांना पुस्तके भेट द्या

अमृतवेल

वि. स. खांडेकर

AA000680

मेहता पब्लिशिंग हाऊस

Please contact us at **Mehta Publishing House,** 1941, Madiwale Colony, Sadashiv Peth, Pune 411030. ✆ +91 020-24476924 / 24460313
Email : info@mehtapublishinghouse.com
production@mehtapublishinghouse.com
sales@mehtapublishinghouse.com
Website : www.mehtapublishinghouse.com

◆ *या पुस्तकातील लेखकाची मते, घटना, वर्णने ही त्या लेखकाची असून त्याच्याशी प्रकाशक सहमत असतीलच असे नाही.*

AMRUTVEL by V. S. KHANDEKAR

अमृतवेल : वि. स. खांडेकर / कादंबरी

© सुरक्षित

मराठी पुस्तक प्रकाशनाचे हक्क मेहता पब्लिशिंग हाऊस, पुणे.

प्रकाशक : सुनील अनिल मेहता, मेहता पब्लिशिंग हाऊस,
१९४१, सदाशिव पेठ, माडीवाले कॉलनी, पुणे – ४११०३०.

मुखपृष्ठ : मेहता पब्लिशिंग हाऊस, पुणे

प्रकाशनकाल : १९६७/१९६७/१९७६/१९८८/१९९०/१९९०/१९९१/
१९९२/१९९३/१९९३/१९९४/१९९६/१९९७/१९९८/
१९९९/२०००/ १२ ऑक्टोबर (विजयादशमी), २००५/
जून, २००६ / मे, २००७/ एप्रिल, २००८/ जानेवारी, २०१०/
ऑक्टोबर, २०१०/ जुलै, २०११/ जानेवारी, २०१२ /
ऑगस्ट, २०१२ / फेब्रुवारी, २०१३ / एप्रिल, २०१४ /
सप्टेंबर, २०१५ / जानेवारी, २०१७ / पुनर्मुद्रण : मे, २०१८

P Book ISBN 9788177666281
E Book ISBN 9788184988277
E Books available on : play.google.com/store/books
www.amazon.in

अतुल कापडी
व
मुकुल खरे
यांच्या बाललीलांस

दोन शब्द

दृष्टी व प्रकृती यांच्या प्रतिकूलतेमुळे माझे किती तरी कादंबऱ्यांचे संकल्प मनातल्या मनात राहिले आहेत. दरिद्री माणसाच्या इच्छांप्रमाणे, संकल्पित लेखनाच्या चिंतनातला आनंद मला अनेकदा मिळतो. पण दृष्टी व प्रकृती यांच्या अखंड अवकृपेमुळे आणि वेळी-अवेळी माझ्याकडे येणाऱ्या नानाविध मंडळींच्या कृपेमुळे लेखनाची बैठक सहसा जमत नाही. काही केल्या मनातल्या कळीचे फूल होत नाही.

'अमृतवेल'ची हीच गत झाली असती, पण श्री. रा. ज. देशमुख यांच्या आग्रहामुळे मी ती हाती घेतली. माझे स्नेही श्री. द. ज. घाटे, माझे विद्यार्थिमित्र श्री. दामोदर नाईक व मंदाकिनी आणि मंगला या माझ्या मुली या सर्वांनी, नेहमीच्या सवयीप्रमाणे मी कादंबरी अर्धवट टाकू नये, म्हणून आपापल्या परी शक्य ते साहाय्य मला केले.

'अमृतवेल'मध्ये काही बरे असेल, तर त्याचे श्रेय या सर्वांना आहे.

कोल्हापूर   **वि. स. खांडेकर**
२८-७-६७

१

"आजोबा–"

मिलिंदाच्या या हाकेला उत्तर मिळाले नाही, असे सहसा होत नसे. त्याला वाटले, आरामखुर्चीत पडल्या-पडल्या आजोबांना झोप लागली असावी! हळूच चवड्यांवर चालत तो त्यांच्याजवळ गेला. तरीही आजोबा हलले नाहीत, बोलले नाहीत. त्यांच्या मांडीवर एक पुस्तक पडले होते. ते उघडे होते. मात्र ते पाहत होते समोर. एका मोठ्या फोटोकडे. मिलिंदाला त्या फोटोतली आपली आई काही केल्या आठवत नसे!

आजोबांचे डोळे उघडे होते. त्यांचे विचित्र पाहणे बघून मिलिंदाला कसेसेच झाले. दर सोमवारी आजीबरोबर तो बाबुलनाथाच्या देवळात जाई. तिथे बसलेल्या एका अंधळ्याच्या थाळीत आजी एक पैसा टाकी. प्रत्येक वेळी तो त्या अंधळ्याच्या डोळ्यांकडे पाहत राही. कुतूहलाने, पण मनातल्या मनात भयभीत होऊन! मग त्या अनामिक भीतीने त्याचे मन काजळून जाई. आजोबांकडे पाहता-पाहता त्या अंधळ्याच्या डोळ्यांची आठवण झाली त्याला.

दादांनी पुस्तकाबरोबर डोळेही मिटले. थकलेल्या म्हाताऱ्या हमालाने 'हुश्श' करावे, तसे त्यांनी 'श्रीहरी! श्रीहरी!' असे उद्गार काढले, 'लागले नेत्र, रे, पैलतिरी' ही ओळ ते गुणगुणले. मग उदास हास्य करीत ते पुटपुटले,

'पैलतीर! काव्य– नुसतं काव्य!'

कुणाशी तरी बोलत असल्याप्रमाणे त्यांनी नकारार्थी मान हलविली. जणू त्यांना म्हणायचे होते,

'जीवन-समुद्र विशाल आहे. चित्रविचित्र आहे. जितका सुंदर, तितकाच भयंकर आहे. पण त्याला ना ऐलतीर, ना पैलतीर! या समुद्रात माणसाचं भक्ष्य असणारी

मासळी भरपूर आहे; मात्र माणूस ज्यांचं भक्ष्य बनू शकतो, असे शार्क मासेही काही त्यात थोडे-थोडके नाहीत!'

२

सुस्कारा सोडून दादांनी डोळे उघडले. किती वाजले, हे पाहण्याकरिता त्यांनी मान वळविली. मिलिंद मुकाट्याने आपल्यापाशी उभा आहे, हे आता कुठे त्यांच्या लक्षात आले! सशाच्या पिलाला गोंजारावे, तसे त्याला कुरवाळीत दादांनी विचारले,

''राजाधिराज मिलिंदमहाराज, काय हुकूम आहे? जेवायला उठायचं?''

''स्वयंपाक मघाशीच झालाय् आज्जीचा! पण मावशी कुठं आलीय् अजून?''

'अजून?' हा शब्द कानी पडताच दादा दचकले. बंदुकीच्या आवाजाने झाडावरल्या पाखराने घाबरून पंख फडफडवावेत, तशी त्यांच्या मनाची स्थिती झाली. त्यांनी मनगटावरल्या घड्याळाकडे पाहिले. साडेनऊ होऊन गेले होते. दुपारी चारला बाहेर पडली होती नंदा! साडेपाच तास! त्यांचे पितृमन एकदम अस्वस्थ झाले. लगेच व्यवहारी मन त्यांचे समाधान करू लागले :

''ही मुंबई आहे, बाबा, मुंबई! इथं मनुष्य माणूस असतो, तो केवळ आपल्या स्वप्नात! एरवी एका जगड्व्याळ यंत्रातला एक क्षुद्र खिळा, एवढीच त्याची किंमत!''

पेंगुळलेल्या मिलिंदाने जांभई दिली. त्याची पाठ थोपटीत दादा म्हणाले,

''मावशीची वाट बघत बसू नकोस आता. जा, जेव जा आधी. अहो माई–''

तक्रारीच्या स्वरात मिलिंद उत्तरला,

''मी नाही जेवणार मावशी आल्याशिवाय! जेवल्यावर कालची गोष्ट सांगणार आहे ती पुढं!''

''मी सांगीन तुला गोष्ट! मग तर झालं?''

''अं हं! मावशीसारख्या गोष्टी कुठं येताहेत तुम्हांला? आम्हांला नाही आवडत त्या तुमच्या रामाच्या नि शिवाजीच्या गोष्टी!'' वक्त्याने रंगात येऊन बोलू लागावे, तसा मिलिंद सांगू लागला, ''आजोबा, मावशीच्या कालच्या गोष्टीत, किनई, एक भूत आहे. मोठ्ठं भूत! सबंध म्हणतात त्याला! भुताच्या गोष्टी खूप-खूप आवडतात मला! कालच्या त्या गोष्टीत, किनई, एक राजाचा मुलगा आहे. त्याचं नाव– अं– अं– हं! आम्लेट– त्या आम्लेटच्या बापाचं भूत येतं त्याला भेटायला!''

मिलिंदाचा 'सबंध' म्हणजे समंध, आणि राजपुत्र 'आम्लेट' म्हणजे हॅम्लेट, हे लक्षात येताच दादांना हसू आले; पण या चिमुकल्या वक्त्याचा विरस होऊ नये,

म्हणून त्यांनी ते आवरले. मात्र मनात ते नंदावर नाराज झाले. हॅम्लेटची गोष्ट ही काय चिमुरड्या पोरांना सांगायची कथा आहे? इंग्रजी घेऊन नंदा यंदा एम्.ए. झाली. अगदी थोड्या गुणांनी वर्ग चुकला तिचा. इतकी हुशार– इतकी विचारी! पण लहान मुलाला कोणत्या गोष्टी सांगाव्यात, हे काही अजून कळत नाही तिला! बाळपण म्हणजे समुद्राच्या वेळेवरल्या मऊ-मऊ वाळूत इवले-इवले किल्ले बांधण्याचा काळ! या वेळी हिमखंड किती प्रचंड असतो, त्याचा राक्षसी देह समुद्रात कसा लोपलेला असतो आणि मोठमोठ्या आगबोटींना तो लीलेने कशी जलसमाधी देतो, हे चिमण्या जीवांना कशाकरिता सांगायचे?

३

दादा काही बोलत नाहीत, असे पाहून मिलिंदाच्या गाडीने रूळ बदलले. दादांच्या अंगावर रेलून एखादी गुप्त गोष्ट सांगावी, तसा तो त्यांच्या कानात कुजबुजू लागला,

"आजोबा, मावशी अगदी वइट्ट झालीय्, बघा! मागं कशी छान-छान विमानं करून द्यायची मला! पण सकाळी मी विमानाचा हट्ट धरला, तेव्हा एक चापटी मारलीन् तिनं मला! मग डोळे पुशीत ती खिडकीपाशी गेली. माझ्याशी तुट्टी केली तिनं!"

नंदाचे मन असे सैरभैर का झाले आहे, हे दादांना ठाऊक होते. पण ते मिलिंदाला कसे समजावून सांगायचे? पाच महिन्यांपूर्वी झालेल्या शेखरच्या अपघाती मृत्यूने आयुष्याच्या उंबरठ्यावरच नंदाला मोठी ठेच लागली होती. तिच्या संसाराच्या सुंदर स्वप्नाचे तुकडे-तुकडे झाले होते! त्या भग्न स्वप्नाचा प्रत्येक कण तिच्या काळजात सलत होता. कुठलीही गोष्ट अगदी जीव लावून करायची, हा तिचा स्वभाव. असल्या माणसांच्या साऱ्याच भावना उत्कट असतात. तिचे हे पहिलेवहिले प्रेमही तसेच–

४

"ऐकलं का?" मधल्या दाराचा पडदा बाजूला करीत आत आलेल्या माईंनी प्रश्न केला.

दादांनी आपल्या तंद्रीतच त्यांच्याकडे पाहिले. सतारीची तार एकदम तुटावी, तसे काही तरी त्यांच्या काळजात झाले. सहा वर्षांपूर्वी माईंची मुद्रा कशी टवटवीत गुलाबासारखी दिसायची. तो गुलाब आता पार कोमेजला होता. सहा वर्षांपूर्वी

सुमित्रा गेली! आता हे नंदाचे दुःख! अक्षता पडायच्या आधीच ही दुर्घटना घडली, हे केवढे सुदैव! नाही तर–

दादांनी माईंकडे टक लावून पाहिले. भरून आलेल्या आभाळासारखे माईचे डोळे त्यांना भासले. त्यांच्या मनात आले, आपण आपली दुःखे नव्या-नव्या पुस्तकांच्या सहवासात, नाही तर बेचाळीसच्या चळवळीच्या आठवणींत विसरू शकतो. काळजातल्या जखमेवर काव्याची किंवा तत्त्वज्ञानाची फुंकर घालतो. बिचाऱ्या माईला तो मार्गही मोकळा नाही!

''रात्र किती झाली, पाहिली का? पोरीचा पत्ता नाही अजून.''

माईंच्या स्वरातला सशाच्या काळजाचा कंप दादांना जाणवला. पण उसने अवसान आणून ते म्हणाले,

''येईल, ग, ती घटकाभरात! बसली असेल कुठं तरी मैत्रिणींशी गप्पा छाटीत. या अलीकडच्या कुलूकुलू करणाऱ्या चिमण्यांना वेळेचं भानच राहत नाही कधी. या पोरांची काळजी कसली करायची? ती निघाली आहेत चंद्रावर वनभोजन करायला! आम्ही जे पंचविशीत वाचत होतो, ते पाळण्यात कानी पडतंय् यांच्या!''

माईंना बरे वाटावे, म्हणून दादा उगीचच बोलत राहिले; पण माईंना राहवेना, त्या मधेच म्हणाल्या,

''तुमचं हे असंच सदा-न्-कदा. पोरगी बी.ए.त होती, तेव्हा कसं सोन्यासारखं स्थळ आलं होतं सांगून. पण माझं, मेलं, ऐकतंय् कोण या घरात? उठल्या-सुटल्या पोरीचं वकीलपत्र घ्यायचं!''

बोलता-बोलता माई आरामखुर्चीजवळ आल्या आणि उजवा हात खुर्चीवर ठेवून कातर स्वराने म्हणाल्या,

''या पोरीचं मनच कळेनासं झालंय् मला! परवा एक पातळ फार चांगलं, असं म्हणाली, म्हणून दुसरे दिवशी तिला ते आणून दिलं. दोन दिवस ते नेसली–हसली; पण तिसरे दिवशी सारं गाडं उलटलं! आज दुपारी जेवलीसुद्धा नाही नीट! हात धुऊन जी खोलीत गेली, ती कडी लावून बसली! चहा घेतानासुद्धा घुमीच होती. या अलीकडल्या पोरी नि त्यांची ही प्रेमं! अहो, वाईट वेळ काय सांगून येते? मोठ्या-मोठ्यांच्या मुली संध्याकाळी फिरायला म्हणून जातात काय, नि दुसरे दिवशी त्यांची प्रेतं कुठं तरी सापडतात काय!''

बोलता-बोलता त्यांचा गळा दाटून आला. त्या एकदम थांबल्या. पदराने डोळे पुशीत समोरच्या सुमित्रेच्या फोटोकडे पाहू लागल्या.

५

अमंगल शंकेसारखी झपाट्याने वाढणारी विषवल्ली जगात दुसरी कुठलीही नाही! माईंच्या बोलण्याने दादा विलक्षण बेचैन झाले. संध्याकाळी बाहेर पडताना पोरीने खोलीत काही पत्रबित्र लिहून ठेवले नसेल ना?

सुन्न मनाने ते उठले. जड पावलांनी ते नंदाच्या खोलीकडे जायला निघाले. जाता-जाता त्यांनी खिडकीतून डोकावून बाहेर पाहिले. रस्त्यावर कुठे तरी नंदा दिसेल, या अंधूक आशेने.

लांब-रुंद रस्त्यावरला माणसांचा पूर थोडासा ओसरला होता. मात्र मोटारींचा पाठशिवणीचा खेळ अजून चालूच होता. समोरच्या इमारतींतल्या मजल्या-मजल्यावर, खोली-खोलीत दिवे हसत होते, नाचत होते. चमचमणाऱ्या काजव्यांनी फुललेल्या, उंच, प्रचंड वृक्षांसारख्या त्या वास्तू वाटत होत्या. आकाशवाणीच्या मधुर स्वरांचा सुगंध वायुलहरींवर तरंगत होता.

महानगरातून वाहणाऱ्या त्या महानदीकडे दादांनी निरखून पाहिले. नंदाच्या आकृतीचा भास त्यांना कुठेही झाला नाही. अर्धांगाने विकल झालेल्या शरीरासारखी त्यांच्या मनाची स्थिती झाली. या जगात माणूस किती एकाकी आहे, किती अगतिक आहे, याची जाणीव होऊन ते जागच्या-जागी थबकले. त्यांना वाटले, माणसांनी गजबजलेल्या इमारती नाहीत या! ही सारी खुराडी आहेत! या खुराड्यांतली कबुतरे आपापल्या टीचभर जागेत आनंदाने घुमताहेत. पण एका खुराड्याचा दुसऱ्या खुराड्यातल्या सुखदुःखांशी काही-काही संबंध नाही! अशाच एका खुराड्यातले एक चिमणे कबुतर आज परत आलेले नाही. त्याच्या जिव्हारी झालेली जखम अचानक उलून वाहू लागली असेल का? का डोळ्यांपुढे अंधेरी येऊन ते कुठे तरी मान टाकून पडले असेल?

६

दादांनी नंदाच्या खोलीचे दार उघडले. दिव्याच्या बटनावर बोट ठेवले. क्षणभर त्यांचा हात थरथरला.

खोली उजळून निघाली.

किती सुरेख दिसत होती ती. सारे कसे नीटनेटके, जिथल्या-तिथे होते. खाटेवर घातलेल्या सुंदर चौकड्यांच्या हिरव्या पलंगपोसाला कुठेही सुरकुती नव्हती. उशीचा अभ्रा आताच परटाकडून आल्यासारखा दिसत होता. मेजावरल्या फुलदाणीतील

रंगीबेरंगी फुले, खेळून घरी परत जाणाऱ्या बालकांप्रमाणे एकमेकांशी गुजगोष्टी करीत होती. खोलीतल्या वस्तू-वस्तूंत नंदाची सौंदर्यदृष्टी प्रतिबिंबित झाली होती. शेखरविषयीच्या तिच्या आकर्षणाच्या मुळाशीसुद्धा हे सौंदर्यप्रेमच असावे! मोठा रुबाबदार दिसत असे तो. वैमानिकाच्या वेषात तर—

पण मृत्यू कुणाचीही कदर करीत नाही. कशाचीही पर्वा बाळगीत नाही. जीवनात येणारे ते अनादी, अनंत आणि अंधळे असे चक्रीवादळ आहे!

दादा कोपऱ्यातल्या पुस्तकांच्या शेल्फकडे वळले. अभिमान आणि समाधान यांची संमिश्र लाट त्यांना क्षणभर सुखावून गेली. नंदाची बुद्धी आपण बाळपणीच ओळखली. तिच्या वाचनाला वळण लावले. नाना विषयांची गोडी तिच्या मनात निर्माण केली.

ते कौतुकाने पाहू लागले. सारी पुस्तके कशी व्यवस्थित लावून ठेवली होती— शेल्फवर. कवायतीला उभ्या केलेल्या बालकांसारखी दिसत होती ती. हा शेक्सपिअर, हा इब्सेन, हा शॉ, हा चेकॉव्ह— सारे नंदाचे आवडते नाटककार. हे जुन्या बाजारातून तिने कष्टाने पैदा केलेले महाभारताचे मराठी खंड— हे तिचे आवडते भवभूतीचे उत्तररामचरित— हा अलीकडे तिला आवडू लागलेला हेमिंग्वे—

त्यांना त्या पुस्तकांकडे अधिक वेळ पाहवेना!

नंदा एवढी बुद्धिमान. या साऱ्या ग्रंथकारांवर प्रेम करणारी. तिने जिवाचे काही बरे-वाईट केले असेल? माणसाची बुद्धी आणि त्याच्या भावना यांचा मेळ या जगात कधीच बसत नाही!

दादा अतिशय अस्वस्थ झाले. ते लगबगीने नंदाच्या टेबलाकडे वळले. मेजावर डाव्या बाजूला दोन पुस्तके पडली होती. त्यांतले मोठे पुस्तक त्यांनी उचलले. तो होता महाभारताचा खंड. एक खूण दिसली त्यात. मोठ्या उत्सुकतेने दादांनी ते पान उघडले. ती खूण म्हणजे नंदाच्या एका मैत्रिणीची लग्नपत्रिका होती! महाभारताच्या त्या पानावर कथा होती ती सावित्रीची— यमपाशातून पतीचे प्राण मुक्त करणाऱ्या पतिव्रतेची! नंदा हे आख्यान वाचीत आहे! म्हणजे ती अजून शेखरच्या मृत्यूविषयीच विचार करीत आहे, म्हणायची!

त्यांनी झटकन दुसरे पुस्तक उचलले. ते होते 'हॅम्लेट' नाटक. आगरकरांनी केलेला मराठी अनुवाद. नंदाचे शेक्सपिअरचे वेड दादांना परिचित होते. तिचे इंग्रजीचे प्राध्यापक नलिनीरंजन दास हे शेक्सपिअरचे परमभक्त होते. नंदा त्यांची फार आवडती विद्यार्थिनी. दासबाबूंचे एक आवडते वाक्य अनेकदा दादांना सांगितले होते तिने. दासबाबू नेहमी म्हणायचे,

"गांधीजींना मी फार मानतो; पण माणूस ही काय चीज आहे आणि जग हा केवढा मोठा अजबखाना आहे, याची जाणीव गांधींपेक्षा शेक्सपिअरला अधिक

होती. गांधी होते अर्धे शहाणे! जगात पूर्ण शहाणा असा एकच मनुष्य होऊन गेला– शेक्सपिअर!''

'हॅम्लेट'मधेही खूण दिसत होती. दादांनी ते पान उघडले. तिसऱ्या अंकातला चौथा प्रवेश होता तो. हॅम्लेट आणि त्याची आई यांच्यांतल्या समोरासमोरच्या संघर्षाचा! त्या पानावर हॅम्लेटच्या एका भाषणाच्या दोन्ही बाजूंना तांबड्या पेन्सिलीच्या वेड्या-वाकड्या रेघा दिसत होत्या.

दादा तो भाग वाचू लागले. हॅम्लेट आईला म्हणत होता,

''तुझ्या विषयवासनेचा प्रकार काही अलौकिक आहे! तुझ्या बरोबरीचा मी तुझा मुलगा जिवंत असताना, तेरा दिवसांच्या आत तू त्या जाराशी पाट लावलास! तेव्हा तू साक्षात राक्षसी नव्हेस काय? तुझ्या कामवासनेला जसा काही ऊत आला आहे. खातेऱ्यात जशी डुकरं लोळतात, त्याप्रमाणं त्या अधमाला अंथरुणावर घेऊन जा, आणि एकमेकांना मिठ्या घाला, कवटाळा, मुके घ्या, हवा तसा धिंगाणा घाला. ऊठ इथून. मला तुझं हे काळं तोंड दाखवू नकोस!''

७

त्या वेड्या-वाकड्या तांबड्या रेघांकडे दादा चमत्कारिक दृष्टीने पाहू लागले. परीटघडीच्या कपड्यांनी भरलेल्या कपाटातून सापाचे पिल्लू बाहेर पडावे, तसे काही तरी त्यांना हॅम्लेटचे हे भाषण वाचून वाटले. या खुणा कुणी केल्या? या नंदाच्या आहेत, की आधीच कुणी तरी केल्या आहेत? या नंदाच्या असल्या, तर एकाच वेळी सावित्रीसारख्या पतिव्रतेचे आख्यान आणि हॅम्लेटच्या आईसारख्या कुलटेची कथा ती का वाचीत आहे? तिच्या मनात कसले वादळ उठले आहे? सावित्री आणि हॅम्लेटची आई– कुठे अमृतफळ आणि कुठे कवंडळ! कुठे ऐन दुपारचा सूर्यप्रकाश आणि कुठे मध्यरात्रीचा काळोख!

अस्वस्थ मनाने दादांनी टेबलाचा डावा खण ओढला.

त्यात रबर, आकडे, पेन्सिली, रंगी-बेरंगी फिती, दोन-तीन फाऊंटनपेने असले बरेच साहित्य होते.

तो खण बंद करून दादा उजवा खण उघडू लागले; पण तो बाहेर येईना. नंदा त्याला कुलूप करून गेली आहे, हे त्यांच्या लक्षात आले.

त्या खणात काय बरे असावे? इतरांपासून लपविण्यासारखे काही तरी? झोपेच्या गोळ्या? कसले तरी विषारी औषध?

आपल्या हळवेपणाचे त्यांचे त्यांनाच हसू आले. ते विचार करू लागले.

बहुधा शेखरची पत्रे तिने या खणात जपून ठेवली असावीत. त्याचा एक सुरेख फोटोही होता तिच्यापाशी. तोही या खणात असेल? देवाघरी गेलेल्या बाळाची खेळणी आई जपून ठेवते ना, त्यातलाच हा प्रकार! शेखर गेला– एक सोनेरी स्वप्न संपले! आता त्याच्या स्मृतीच्या मृगजळात गटांगळ्या खात नंदा किती दिवस राहणार आहे? आठवणींच्या तंतूंना हृदयाचा झुला बांधून दुःखाखेरीज ती दुसरे काय मिळवणार आहे?

८

'श्रीहरी! श्रीहरी!' असे पुटपुटत ओल्या होऊ लागलेल्या आपल्या पापण्यांच्या कडा दादांनी पुसल्या. नंदाची काही चिठ्ठी-चपाटी मिळाली नाही, याचे त्यांना समाधान वाटले. ते परत फिरण्याच्या विचारात होते. इतक्यात टेबलाच्या उजव्या बाजूला पडलेल्या एका सुरेख नोटबुकाकडे त्यांचे लक्ष गेले. वाचता-वाचता नंदाने केलेल्या टिपणांची ती वही असावी, असे त्यांना वाटले. चांगली सुभाषिते टिपून ठेवण्याचा तिला छंद होता.

कुतूहलाने त्यांनी ती वही उघडली. तिचे पहिले पान कोरे होते. मात्र दुसऱ्या पानावरले काही शब्द वाचताच ते चमकले. नकळत पुढे वाचू लागले–

> –कळी हळूहळू फुलते. लाजऱ्या डोळ्यांनी प्रकाशाचे स्वागत करू लागते. न-कळत तिचे फूल होते. ते फूल सुगंध उधळीत सुटते. वायुलहरी लग्नसमारंभातल्या अत्तराप्रमाणे तो सुवास दशदिशांना लावू लागतात. मग ते फूल हळूहळू कोमेजू लागते. हे सारे कसे सुसंगत आहे. देवाच्या राज्यात न्याय आहे, अशी ग्वाही देणारे आहे. पण शेखरसारखी एखादी कळी, आक्कासारखी एखादी कळी, उमलायच्या आधीच गळून पडते! ती का? हा दोष कुणाचा! त्या कळीचा? की देवाचा? पण या जगात देव आहे का? का ते एक बुजगबाहुले आहे? आणि देव असला, तरी तो सर्वसाक्षी आहे, दयाघन आहे, हे ढोंग माणसाने पिढ्या-न्-पिढ्या कशासाठी करीत राहायचे?

दादा पान उलटून वाचू लागले–

> – दोन वर्षे झाली असतील. हो, दोनच! आम्ही तिघीचौघी मैत्रिणी समुद्रावर गेलो होतो. चांदण्याची रिमझिम बरसत होती. आकाशापासून पृथ्वीपर्यंत

पसरलेल्या त्या क्षीरसागरात देहाची साखर विरघळून जावी, असे सारखे वाटत होते.

"बसू, या, ग, आणखी थोडा वेळ. इतकं भ्यायला कशाला हवं? हे काही खोरं नाही चंबळचं!" असे कुणी तरी म्हणाली.

आम्ही खूप-खूप वेळ बसून राहिलो. सृष्टीचे ते मूक संगीत ऐकत! अगदी मंत्रमुग्ध होऊन!

दहा वाजायला आले. तेव्हा नाखुशीने उठलो साऱ्याजणी. मग मात्र घर गाठायची घाई झाली प्रत्येकीला. एका किंचित अंधाऱ्या गल्लीतनं आम्ही झपझप चालत होतो. मी एकदम थांबले. आनंदले. धुंद होऊन जागच्या-जागी खिळून गेले. एका घरासमोरच्या कमानीवर रातराणी फुलली होती.

खट्याळ नलू कोपराने मला डिवचीत म्हणाली,

"पहिलं प्रेम असंच असतं का, ग?"

शेखरची आणि माझी नुकतीच ओळख झाली होती तेव्हा. नलूचे ते काव्य ऐकून साऱ्याजणी खळखळून हसल्या. मी लाजले. पुन्हा लगबगीने चालू लागलो आम्ही. ती सुगंधी फुले दुसरे दिवशी कोमेजून गेली असतील; पण त्यांचा तो जिवाला वेड लावणारा वास अजून माझ्या मनाच्या गाभाऱ्यात दरवळत आहे. वाटते, तो खूप-खूप हुंगावा! इतका की, त्या सुगंधाने क्लोरोफॉर्मसारखी सारी शुद्धबुद्ध हरपून जावी!

शेखर, तुला रातराणी आवडत होती का, रे?

नंदा आपल्या हळव्या मनातली वादळे त्या वहीत टिपीत होती, हे उघड होते. ती वहीच तिची जिवलग मैत्रीण झाली असावी! नंदाचे हे स्वतःशीच चाललेले संभाषण तिला न-कळत आपण ऐकणे बरे नव्हे, असे दादांच्या मनात आले; पण पुढे वाचण्याचा मोह त्यांना आवरेना. पुढचे पान उघडून ते वाचू लागले–

–एलिझाबेथ ब्राउनिंग, तुझा हेवा वाटतो, ग, मला! अवसेच्या अंधारात शुक्रतारा उगवावा, तसा रुग्णशय्येला खिळलेल्या तुझ्या निराश जीवनात रॉबर्ट आला. म्हणूनच तू हर्षभराने लिहू शकलीस–

'First time he kissed me he but only kissed
The fingers of this hand wherewith I write,
And ever since it grew clean and white.'

एलिझाबेथ, तू अशी सुखी झालीस! आणि मी? मृगजळात मनसोक्त नौकाविहार करायला धावत सुटले! आणि उरी फुटून, अगतिक होऊन,

वैराण वाळवंटात रक्त ओकीत पडण्याची पाळी आली माझ्यावर!

एक सुस्कारा सोडून दादांनी पुढच्या पानावर नजर फिरवली–

–शेखर, माझी ती कल्पना कित्ती-कित्ती आवडली होती तुला! तू मला विमान चालवायला शिकवायचंस. मग तुझ्या विमानानं तू आणि माझ्या विमानानं मी, खूप-खूप उंच जायचं– जिथं सोनेरी ढगांच्या पायघड्या पसरलेल्या असतील, जिथं बर्फानं नटलेली उंच शिखरं आपल्यावर चवऱ्या ढाळतील, जिथं तारका दिवस आणि रात्र यांच्या विवाहाच्या वेळी उधळलेल्या अक्षतांसारख्या भासतील, अशा जागी आपण जायचं. मग दोघांनी आपापली विमानं अगदी जवळ आणायची. मी माझ्या विमानातून डोकावून बाहेर पाहायचं! आणि मग तू माझं चुंबन– असल्या अद्भुत प्रणयाची कल्पना कुणा कवीला कधी तरी सुचली असेल का, रे?

१

दादांना पुढे वाचवेना! वही मिटून जड पावलांनी ते माघारी वळले. दिवा बंद करून खोलीबाहेर पडणार होते ते!

इतक्यात अंग चोरून, खाली पाहत आत येणारी नंदा त्यांच्यासमोर आली. तिचा अवतार पाहून ते मनात चरकले.

तिचे केस विस्कटल्यासारखे दिसत होते. चेहरा भावशून्य भासत होता. पातळाचा पदर भिजल्यासारखा अंगाला लपेटून बसला होता.

“उशीर का, ग, झाला इतका?” दादांनी शुष्क स्वराने विचारले.

“नक्षत्र पडलं होतं आज साऱ्यांच्या पायांवर! एक मैत्रीण घरी असेल, तर शपथ! मग म्हटलं, दासबाबूंना फार दिवस भेटले नाही! म्हणून माटुंग्याला गेले; पण ते तरी कुठं घरी होते?”

“आज सारी मुंबईच घराबाहेर पडली होती, म्हणायची! चोरांना खबर नसावी याची? नाही तर दिवसा-उजेडीच आपला धंदा सुरू केला असता त्यांनी!”

“तसं नाही, हो, दादा–” त्यांची दृष्टी चुकवीत नंदा कातर स्वराने उत्तरली.

मघापेक्षाही अधिक कोरड्या आवाजात दादा म्हणाले,

“आज पाऊसही पडलेला दिसतोय् माटुंग्याला. हा सरता पाऊस फार लहरी. तिकडे महालक्ष्मीला अभिषेक करील; पण इकडे आमचा बाबुलनाथ मात्र कोरडा राहील!”

दादा सहसा रागावत नसत; पण ते रागावले, म्हणजे त्यांच्या बोलण्याला चटकन उपरोधाची धार येई. फुटलेल्या काचेच्या कंगोऱ्यासारखी! त्यांचा एकेक शब्द मग बोचत, टोचत राही. नंदाला याचा चांगला अनुभव होता. त्यामुळे नजर वर करण्याचा धीर होईना तिला! काय बोलावे, हेही कळेना.

बेसूर झालेल्या गायकाने सुरेल होण्याचा प्रयत्न करावा, तशी आपल्या आवाजाला मायेची डूब देत दादा म्हणाले,

"या उशिराबद्दल चांगली शिक्षा झाली तुला आज!"

त्यांच्या बोलण्याचा रोख नंदाला कळला नाही. ती गोंधळून त्यांच्याकडे पाहू लागली.

हसण्याचा प्रयत्न करीत दादा म्हणाले,

"तुझं ते लाडकं गाणं लागलं होतं मघाशी रेडिओवर. पण तू कुठं होतीस घरात?"

"कुठलं गाणं?" आभाळ निवळले आहे, हे ओळखून नंदाने प्रश्न केला.

"या तुमच्या अलीकडल्या गाण्यांच्या ओळी काही पटकन आठवत नाहीत, बुवा, आपल्याला! काय बरं आरंभ आहे त्याचा? हं– ओ सजना–"

'ओ सजना, बरखा बहार आयी' या गाण्याचे गोड सूर सहा वर्षांचे सहा समुद्र ओलांडून नंदाच्या कानांत घुमू लागले. कॉलेजातल्या स्नेहसंमेलनाचा तो दिवस! पहिल्या वर्षातल्या, अतिशय सुंदर दिसणाऱ्या वसुंधरा गुप्तेने ते गाणे इतके सुरेख म्हटले होते, की त्या गीताच्या तरल स्वरांवर तरंगतच नंदा घरी परतली होती. त्या गाण्याच्या मोहिनीमुळे वसुंधरेशी मैत्री करण्याचा प्रयत्न केला होता तिने; पण वसू होती अबोल. आपल्याच नादात गुंग असणारी. स्वतःभोवती पिंगा घालीत राहणारी. तरीही तिच्या गोड गळ्याने वेडावून गेलेल्या नंदाने आग्रह करून तीन-चार वेळा तिला घरी आणले होते. माईला वसू फार-फार आवडली होती. 'ओ सजना' हे गाणे तिने म्हणून दाखविले, तेव्हा माई म्हणाली होती,

"आज तुझी दृष्ट काढायला हवी, पोरी! नाही तर–"

पुढे लवकरच तिने कॉलेज सोडले. ती कुठे गेली, कोण जाणे! ती पुन्हा आपल्याला भेटेल का? भेटली, तर आपण म्हणू,

"वसू, ते गाणं म्हणत राहा, गडे, सारखी! कुठलं गाणं? इतक्यात विसरलीस? 'ओ सजना, बरखा बहार आयी!' तुझ्या गोड सुरांच्या धुंदीत मला माझं सारं दुःख विसरून जाऊ दे!"

"नंदा, अग नंदा, जेवायला चला ना!" माईंच्या शब्दांनी नंदा आपल्या तंद्रीतून जागी झाली.

१०

दादांनी डोळे उघडण्याचा प्रयत्न केला. पण ते सहज उघडेनात. अंग तर कसे जड शिळेसारखे झाले होते!

किती वाजले असतील? खिडकीतून खोलीत येणाऱ्या बाहेरच्या उजेडात त्यांनी मनगटावरले घड्याळ डोळ्यांजवळ नेऊन पाहिले. एक पंचवीस! त्यांनी कानोसा घेतला. एरवी एकसारखा गर्जत, कल्लोळत, फेसाळत असलेला मुंबईचा जनसागरसुद्धा या वेळी शांत होता. मग आज अगदी अवेळी आपली अशी झोपमोड का व्हावी?

ते आठवू लागले. नंदाची चिंता करीतच आपण झोपी गेलो. एकच प्रश्न आपल्या मनात खेळत होता :

नंदा सावित्रीचे आख्यान का वाचीत आहे? मृत्यूवर मात करण्याचे बळ मनाला मिळावे, म्हणून? की अज्ञाताच्या अथांग दर्याच्या तळाशी गेलेली शेखरची नौका पुन्हा वर यावी, म्हणून? पण ते कसे शक्य आहे? तसले चमत्कार पुराणकथांत घडतात; विसाव्या शतकातल्या माणसांच्या संसारांत नाहीत!

या विचारामुळे स्वप्नात सावित्रीच्या कथेभोवतीच आपले मन भ्रमंती करीत राहिले असावे. हळूहळू आपल्याला सावित्रीच्या जागी नंदा दिसू लागली. आणि मग–

दादा मोठ्या कष्टाने स्वप्नातल्या दृश्यांची संगती जुळवू लागले. पण काही केल्या त्या वेड्या-वाकड्या कपट्यांतून संपूर्ण चित्र तयार होईना! त्यांना अंधूक अंधूक आठवू लागले– सत्यवानाच्या कुऱ्हाडीचा घाव वटवृक्षाच्या फांदीऐवजी सावित्रीच्या मस्तकावर बसला होता. सावित्री– छे! नंदा– छे! अश्वत्थामा– भळभळ वाहणारी ती जखम दोन्ही हातांनी गच्च धरून– ते हात पुरुषाचे होते!

स्वप्नाच्या या अर्धवट आठवणीने ते अस्वस्थ झाले. कुशीवर वळले; पण त्यांना चैन पडेना! नंदा स्वस्थ झोपली आहे, की नाही, हे पाहण्याकरिता ते पाऊल न वाजवता तिच्या खोलीकडे गेले. खोलीचे दार बंद दिसत होते; पण आतून उजेडाची तिरीप बाहेर येत होती.

म्हणजे? नंदा अजून जागी आहे? काय करतेय् ती?

दादांनी हळूच दार लोटले. ते उघडले.

मेजावरला दिवा जळत होता. खाटेवर नंदा झोपली होती.

दादा तिच्याजवळ जाऊन उभे राहिले. नंदाच्या मुद्रेकडे पाहता-पाहता धो-धो पावसात वळचणीखाली लपायला आलेल्या चिमणीची त्यांना आठवण झाली!

टेबल-लँप तसाच जळत राहिला आहे! तेव्हा नंदा काही तरी वाचीत बसली

असावी, आणि वाचता-वाचता कंटाळून ती बिछान्यावर येऊन पडली असावी, असा त्यांनी तर्क केला.

ते टेबलाकडे गेले. नंदा बराच वेळ काही तरी लिहीत बसली होती, हे आता त्यांच्या लक्षात आले. त्यांनी वाकून वरच्या कागदावरील पहिली ओळ वाचली—
'तीर्थरूप दादांच्या चरणी'.

म्हणजे? नंदा आपल्याला हे पत्र लिहायला बसली होती?

दादांनी ते सारे कागद उचलले, खाटेपाशी जाऊन नंदाच्या पायांजवळची पातळ चादर हळूच तिच्या अंगावर घातली, आणि मेजावरला दिवा बंद करून ते खोलीबाहेर पडले.

११

दादांनी नंदाच्या पत्रातली पहिली ओळ पुन्हा वाचली—
'तीर्थरूप दादांच्या चरणी—'

दादा चमकले. कॉलेजच्या सहलीसाठी किंवा नात्यातल्या लग्नाकरिता नंदा क्वचित बाहेरगावी जाई, तेव्हा तिच्याकडून येणाऱ्या पत्रात, 'ती. दादांना सप्रेम नमस्कार' असा मायना असे. आज तो बदलला होता. 'तीर्थरूप दादांच्या चरणी' हे शब्द नंदा न-कळत लिहून गेली होती. दादांना वाटले,

दु:ख माणसाला अंतर्मुख करते. हेच खरे! ते दुसऱ्या माणसाशी असलेले आपले नाते अधिक स्पष्ट करते, अधिक दृढ करते. त्याशिवाय का नंदाने हा मायना लिहिला असेल?

दादा अधीरपणाने वाचू लागले—

तीर्थरूप दादांच्या चरणी नंदाचा शिरसाष्टांग नमस्कार,

दादा, मला क्षमा करा. तुमच्या लाडक्या नंदाला तुम्ही क्षमा कराल ना? मघाशी खोटं बोलले मी तुमच्याशी. ते सारखं मनात डाचतंय्! म्हणून जेवून खोलीत आल्यावर लगेच हे पत्र लिहायला बसलेय्! शिवाय खरं सांगू? हल्ली स्वस्थ झोपच येत नाही मला. अंथरुणावर पडले, की मन भरकटू लागतं. धुळीच्या वावटळीत सापडतं. खोलीत काळोख झाला, की नाही-नाही ती चित्रं दिसू लागतात. मग दोरी तुटलेल्या पतंगासारखी स्थिती होते माझ्या मनाची! आठवणीची गिधाडं आपल्या अधाशी पंखांचा फडफडाट करीत मला वेढून टाकतात आणि आपली क्रूर नखं माझ्या काळजात

खुपसून–

जाऊ दे ते. संध्याकाळी मी कुठल्याही मैत्रिणीकडे गेले नव्हते. दासबाबूंच्या घरीही गेले नव्हते. मी आणि शेखरनं ज्या-ज्या जागी गुजगोष्टी केल्या होत्या, तिथं-तिथं मी वेड्यासारखी भटकत होते. भूतकाळाच्या भुयारात पुन्हा-पुन्हा डोकावून पाहत होते.

कलासागरात बुडून गेलेल्या असंख्य रंगी-बेरंगी कागदी होड्या! त्यांतील एखादी तरी पुन्हा वर तरंगत येईल, अशी वेडी आशा उराशी धरून मी फीरफीर फिरले. भटक-भटक भटकले. एखाद्या समाधीचं दर्शन घ्यावं, तशी आम्हां दोघांच्या भेटी-गाठीची प्रत्येक जागा मी पाहिली. आसवांच्या फुलांनी त्या प्रत्येक समाधीची पूजा बांधली; पण मन थाऱ्यावर येईना! मुंबईच्या कधीही न संपणाऱ्या लांब-रुंद रस्त्यांतून माणसं मुंग्यांसारखी फिरत होती. ही सारी काळी-गोरी, भली-बुरी, गरीब-श्रीमंत, लहान-मोठी माणसं जिवंत आहेत! आणि माझा शेखर मात्र? ती माणसं पाहून मनात येई, देव किती निर्दय आहे! किती कृपण आहे! लाखो लोकांत एखाद्याच्या वाट्याला येणारा हा विषाचा प्याला त्यानं मला का प्यायला लावला? मृत्यूचं हे काळंकुट्ट कोडं मला कोण उकलून दाखवील?

हळहळत, चरफडत, तडफडत मी आजचा सूर्यास्त पाहिला! लाल, गुलाबी, केशरी रंगाची नदी पश्चिम क्षितिजावर दुथडी भरून वाहत होती. गतवर्षी असाच झगमगता सूर्यास्त आम्ही दोघांनी डोळे भरून पाहिला होता. तो पाहूनही आम्ही अतृप्तच राहिलो होतो. त्या वेळी नैर्ऋत्येकडल्या लालभडक रंगानं, गेलेला शेखर म्हणाला होता,

'नंदा, तुझ्या संगतीनं माझ्यासारख्या गद्य माणसालासुद्धा काव्य सुचायला लागलंय् हं! समोर पाहा ना जरा! कुंकवाचा केवढा मोठा करंडा सूर्याचा पाय लागून लवंडला आहे. त्यातलं सारं कुंकू आभाळात पसरलं आहे.''

शेखरच्या या बोलण्याचं मला मोठं कौतुक वाटलं तेव्हा!

मी थट्टेनं त्याला म्हणाले,

''नवकवी होण्याची लक्षणं दिसताहेत हं ही!''

आज ते सारं-सारं आठवलं. त्याचं ते बोलणं ही पुढल्या अशुभाची पूर्वसूचना होती, की काय, देव जाणे!

काळोख पडला, तरी माझी भ्रमंती सुरूच होती. त्या भ्रमिष्ट मनःस्थितीतच मी समुद्रावर गेले. तिथे वाळूत बसून शेखरनं आणि मी भावी सुखाचे कुतुबमिनार उभारले होते; पण ते बिचारे सारे वाळूचे मिनार ठरले! दुर्दैवाच्या

एका अजस्र लाटेनं ते उद्ध्वस्त होऊन धुळीला मिळाले!

अंधार दाटत होता. गर्दी हळूहळू विरळ होत होती. ध्यानी-मनी नसलेल्या घरातल्या बिळातून एखादा नाग फूत्कारत बाहेर यावा, तसा त्या अंधारातल्या एकान्तातून आत्महत्येचा विचार माझ्या मनात डोकावू लागला. वाटलं, हृदयात पेटलेला वणवा समोरच्या अथांग पाण्यात विझवून टाकावा. मृत्यूच्या यक्षप्रश्नाचं उत्तर मृत्यूखेरीज दुसरं कोण देऊ शकेल?

मी बसले होते, ती जागा हळूहळू निर्मनुष्य झाली. जवळपास कुणी नाही, असं पाहून मी पाण्यात पाऊल टाकलं. गौरीहर पुजून बोहल्याकडे जाणाऱ्या वधूसारखी मी मृत्यूला माळ घालण्याकरिता पुढं जाऊ लागले.

पाणी गुडघ्यांवर आलं. आणखी थोडं पुढं गेलं, की–

माझे पाय लटपटू लागले. काळजातली धडधड नगाऱ्याच्या आवाजासारखी वाटू लागली; पण मन सुन्न होतं. मस्तक बधिर होतं. एखाद्या कळसूत्री बाहुलीसारखी मी एकेक पाऊल पुढं टाकीत होते. मृत्यूच्या मिठीत तरी तडफडणाऱ्या मनाला विसावा मिळेल, या आशेनं!

त्याच क्षणी तुमची आठवण झाली मला. काळ्याकुट्ट आकाशात वीज चमकावी, तशी! तुमची माया डोळ्यांपुढं मूर्तिमंत उभी राहिली. मी इन्टरच्या वर्गात होते, तेव्हा विषमज्वर झाला होता मला. जवळ-जवळ आशा सोडली होती डॉक्टरांनी. तुम्ही मात्र माझ्या पाठीवरनं हात फिरवत रात्रभर बसून होता. तुमच्या हातात त्या रात्री संजीवनीचं सामर्थ्य संचारलं असावं. त्या जिवावरल्या दुखण्यातून मी उठले. तुमचा तो वत्सल हात मृत्यूच्या त्या महाद्वारात एकदम माझ्या डोळ्यांसमोर उभा राहिला. पुढं जायचं नाही, असा इशारा देत!

काही क्षण तशीच पाण्यात उभी होते मी! मिलिंदचा तान्हेपणीचा सायीसारखा, मऊ मधासारखा गोड पापा मला आठवला. 'मिलिंदला सांभाळ.' हे आक्काचे शेवटचे शब्द कानांत घुमू लागले, माईची अबोल करुण मूर्ती डोळ्यांसमोर उभी राहिली. आक्का गेल्यापासनं ती कष्टीच आहे. मनात आलं, तिचं दुःख आपण हलकं करायचं, की त्या दुःखात भर घालायची?

मी मृत्यूचं दार किलकिलं केलं होतं. ते हळूच लावून घेतलं. त्याच्याकडे पाठ फिरवली. भित्रेपणामुळं असेल, तुम्हां सर्वांच्या मायेमुळं असेल, जगण्याची इच्छा हीच माणसाची सर्वांत प्रबळ प्रेरणा असल्यामुळं असेल, मी जीवनाला सामोरं जायचं ठरविलं. मग त्याची मुद्रा कितीही उग्र असो, त्याची दृष्टी कितीही क्रूर असो, त्याचा स्पर्श कितीही काटेरी असो! कॉलेजात असताना माझ्या स्वाक्षरीच्या वहीत नेहरूंनी लिहिलं होतं, 'Live dangerously!' तो

संदेश घोकीत मी मृत्यूचा निरोप घेतला.

पण–

परवा बसमध्ये एक पाठमोरा तरुण मी पाहिला. हुबेहूब शेखरसारखा दिसत होता तो. तो भास एखाद्या सुरीसारखा माझं काळीज कापीत गेला. खरंच, दादा, हे असं किती दिवस चालायचं? पाच महिने होऊन गेले, तरी माझं दु:ख पहिल्या दिवसाइतकं ओलं आहे. माणसानं मागचं सारं विसरून जायला हवं, हे मला कळतं;– मन गुंतवायला हवं मी कशात तरी! सारखा विचार करतेय्– मानवी जीवन हा केवळ लहरी नियतीच्या तालावर चालणारा एक क्रूर खेळ आहे का? या विश्वसंसाराला काही अर्थ आहे, की नाही? प्रीतीचा अर्थ काय? काही केल्या या प्रश्नांची उत्तरं सापडत नाहीत! काय करू मी? नोकरीत मन गुंतविल्यानं ही टोचणी कमी होईल, का पीएच्.डी.च्या अभ्यासात–

दादा, तुम्ही मला मुलासारखं वाढविलंत. नंदा हाच माझा आनंद, असं नेहमी म्हणत आलात. तुम्ही मला निर्भय बनवलं. विचार करायला शिकवलं. बुद्धीच्या निकषावर माणसानं प्रत्येक गोष्ट घासून पाहायला हवी, असं लहानपणापासून तुम्ही माझ्या मनावर बिंबवलं; पण आकाशातल्या कुऱ्हाडीच्या या पहिल्याच घावानं मी अशी घायाळ झाले. माझी मलाच खंत वाटते याची. असं का व्हावं? गेले तीन-चार महिने मी या प्रश्नाचा विचार करीत आहे. मला वाटतं, पुस्तकांच्या विशाल, सुंदर पण स्वप्नाळू जगात मी वाढले. सुखवस्तू पांढरपेशांच्या टीचभर जगात मी वावरले. आईबापांनी मायेच्या उबदार शालीत सदैव गुंडाळून ठेवल्यामुळं बाहेरच्या ऊन-पावसाची, वादळ-वाऱ्याची आणि हात-पाय गारठवून टाकणाऱ्या थंडीची ओळखच झाली नाही मला! मग त्यांच्याशी झगडण्याचं बळ अंगी कसं यावं? ज्या जगात मी वाढले, ते अंगठीवरल्या खड्याएवढं! त्या खड्यात जे जीवन प्रतिबिंबित झालं, ते मी पाहिलं. ते सारं परीटघडीचं! कुठं डाग नाही, की कुठं सुरकुती नाही! पुष्करिणीसारख्या या शांत जगात मी लहानाची मोठी झाले, प्रीतीचं, द्वेषाचं, शौर्याचं, क्रौर्याचं, जीवनाचं, मृत्यूचं सारं तांडव मी पाहिलं, ते शेक्सपिअरच्या नाटकांत, महाभारतातल्या पात्रांत! 'रोमिओ अँड ज्यूलिएट' मी वाचलं, तेव्हा आक्काच्या लग्नाची आठवण झाली मला. त्या लग्नात प्रेम हा शब्द एकदासुद्धा कुणी उच्चारला नव्हता. तिथं होता हुंडा, तिथं होते मान-पान, तिथं होते रुसवे-फुगवे!

हे सारं मनात आलं, म्हणजे वाटतं, खोट्या सुरक्षितपणाची ही जन्मजात कवच-कुंडलं दूर फेकून द्यावीत, या अफाट जगातल्या असंख्य माणसांतलं

एक माणूस म्हणून जगावं. जो पेला ओठांना लागेल, त्यातल्या पेयाचे घुटके हसतमुखानं घ्यावेत. आपल्या वाट्याला जे जीवन येईल, ते दोन्ही बाहू पसरून कवळावं!

माई फारशी शिकलेली नाही. तिनं शेक्सपिअर वाचलेला नाही; पण तिच्यापाशी दुःख पचविण्याची शक्ती आहे. कारण देवावर तिची खरीखुरी श्रद्धा आहे. आक्का गेली, तेव्हा मिलिंदाला पोटाशी धरून ती दोनच शब्द बोलली,

'देवाची इच्छा!'

काळजाच्या फुटलेल्या धरणाला या दोन शब्दांनी बांध घातला तिनं! तिची ती श्रद्धा माझ्यापाशी नाही. त्यामुळं जिवाच्या आकान्ताच्या वेळी माणसाला आवश्यक असणाऱ्या श्रद्धेच्या आधाराला मी पारखी झाले आहे. ही माझी एकटीच्याच दुर्दैवाची कहाणी नाही! आमच्या पिढीचं दारुण दुःख आहे हे! आमच्या मनातली रिकामी पडलेली देवाची जागा कशी भरून काढायची, हा आमच्यापुढला खरा प्रश्न आहे!

पत्र खूप लांबलं. तुमच्याशी हे सारं नीट बोलता येईल, असं वाटेना, म्हणून लिहीत बसले. हे सारं लिहिल्यामुळं किती हलकं वाटतंय्, म्हणून सांगू? माझी कसलीही काळजी करू नका तुम्ही आता. उद्या दासबाबूंच्याकडे जायचं आणि पीएच्. डी. च्या विषयासंबंधी त्यांचा सल्ला घ्यायचा, असं मी ठरवलंय्. मग दोन-तीन वर्षांनी आपल्या दारावर पाटी लागेल– डॉ. अलकनंदा देशपांडे, एम्. ए., पीएच्.डी. ती पाटी वाचून मिलिंद म्हणेल,

"मावशी, तू डॉक्टर झालीस ना? मला औषध दे की मग! मात्र ते अगदी गोड-गोड हवं हं!''

तुमची
नंदा

१२

आपल्या तोंडावरून कुणी तरी मोरपीस फिरवीत आहे, असा नंदाला भास झाला. आपण फार वेळ झोपून राहिलो आहोत, याची आता कुठे तिला जाणीव झाली. आपल्याला उठविण्यासाठी मिलिंद आपल्या तोंडावरून काही तरी मऊमऊ फिरवीत आहे का? एकदम डोळे उघडून 'अरे लबाडा, पकडलं, की नाही, तुला?' असे म्हणावे आणि त्याचे गोड-गोड गालगुच्चे घ्यावेत, असे तिच्या मनात आले.

इतक्यात तिच्या कानांवर शब्द पडले,

'अग नंदा, उन्हं किती वर आली, बघ.' माईंच्या त्या स्वरातला ओलावा नंदाच्या अंतःकरणात कुठे तरी खोल-खोल पाझरत गेला.

तिने हसतच डोळे उघडले. माईंकडे पाहता-पाहता तिला वाटले, बाहेर उन्हे कितीही वर आली असोत, आपल्याला त्यांच्याशी काय करायचंय्? माईंच्या डोळ्यांतले कोजागरीचे चांदणे आपल्याला न्हाऊ घालीत आहे! हे भाग्य काय लहानसहान आहे? आपण लहान असतो, तर किती बरे झाले असते! मग आपण माईच्या मांडीवर डोके घासले असते, तिच्या कुशीत तोंड लपविले असते, आणि तिच्या स्पर्शातून पाझरणाऱ्या वात्सल्यात सारे दुःखाचे डोंगर विरघळवून टाकले असते!

माई काही न बोलता एकदम तिच्याकडे पाहत बिछान्यावर बसल्या होत्या. तिचे विस्कटलेले केस हळुवारपणाने सारखे करीत होत्या.

त्यांचा हात हातात घेऊन नंदाने तो अगदी घट्ट-घट्ट दाबला. ती स्वतःलाच प्रश्न करीत होती,

'मोठ्या झालेल्या मुलीचं मन आईच्या हृदयाशी या एकाच भाषेत बोलू शकतं! असं का व्हावं?'

तिचे मस्तक माई थोपटीत म्हणाल्या,

''पोरी, माझ्या गळ्याची शपथ आहे तुला. कुठंही गेलीस, तरी अंधार पडायच्या आत घरी येत जा, बाई! तू वेळेवर परत आली नाहीस, म्हणजे माझा जीव कसा टांगल्यासारखा होतो!''

बोलता-बोलता माईंचा कंठ सद्गदित झाला. त्यांच्या डोळ्यांत पाणी तरळू लागले.

नंदा हसत उत्तरली,

''आईची माया अशीच वेडी असते का, ग? नि हे बघ, माई, उद्या मी सासरी गेले, म्हणजे तू काय जन्मभर माझी पाठराखीण म्हणून तिथं येणार आहेस?''

विमानाच्या अपघातात शेखरचा मृत्यू झाल्याची वार्ता आल्यापासून, थट्टेने का होईना, नंदाने आपल्या लग्नाचा आजच पहिल्यांदा उल्लेख केला. तिचे ते बोलणे ऐकून माई मनात फार सुखावल्या. एखाद्या भयंकर स्वप्नातून माणसाने जागे व्हावे आणि जे अशुभ आपण पाहिले, ते खरे नाही, अशी त्याची खात्री व्हावी, तसे त्यांना वाटले. नंदाच्या तोंडावरून हात फिरवीत त्या म्हणाल्या,

''चल, ऊठ, बाई. चांगला गरम चहा करून देते मी तुला. तो घेऊन मग हवी तितकी लोळत पड. आता मी तुला काही-काही काम करू देणार नाही. अग, तुम्ही मुली म्हणजे काय? माहेरच्या अंगणातले दाणे टिपणाऱ्या चिमण्या! केव्हा भुर्रकन

सासरी उडून जाल, हे कुणी सांगावं?''

१३

गरम चहाचे घुटके घेता-घेता रात्री दादांना लिहून ठेवलेल्या पत्राची नंदाला आठवण झाली.

ते पत्र त्यांना द्यावे, की देऊ नये? रात्रीच्या एकान्तात स्वाभाविक वाटणाऱ्या किती तरी गोष्टी दिवसा कृत्रिम वाटू लागतात.

तिचे तसेच झाले. घाई-घाईने तिने चहा संपवला. ती लगबगीने आपल्या खोलीत गेली. टेबलावर आपले पत्र शोधू लागली. त्यातला ताजा कलम लिहायच्या आधीच आपण पेंगुळलो, हे तिला आता आठवले. टेबलावर तिचे पत्र कुठेच दिसत नव्हते! मात्र त्या जागी दुसरे एक पत्र– नंदाने ते घाई-घाईने उघडले. अक्षर तर दादांचे होते– म्हणजे? ती जिवाचे डोळे करून वाचू लागली.

१४

चिरंजीव नंदास सप्रेम आशीर्वाद.

बाळ नंदा, घरातल्या घरात आपण एकमेकाला पत्रं लिहीत बसू, असं भविष्य पूर्वी कुणी वर्तविलं असतं, तर त्याची कुडबुड्या ज्योतिष्यांत मी गणना केली असती! पण काही प्रसंग मोठे विचित्र असतात. जिवलग माणसाशीसुद्धा मन उघडं करून बोलता येऊ नये, असे! अशा प्रसंगी जिथं कसलाही आडपडदा नसतो, तिथं आभाळाला भिडलेली भिंत उभी राहते! आतले कढ आतच खदखदू लागतात.

ही कोंडी तुझ्या पत्रानं फोडली. वडील माणसांना मोकळेपणानं आपलं मनोगत सांगायची धिटाई माझ्या पिढीत नव्हती. बेटा, अशीच निर्भय हो, विचारी हो. जीवनातल्या सर्व सत्यांना– त्यांचे चेहरे कितीही उग्र असले, तरी– सामोरी जायला सिद्ध हो.

शेखरच्या नि तुझ्या प्रेमविवाहाला आम्हां सर्वांचे आशीर्वाद होते. लग्नाचा मुहूर्त केव्हा धरायचा, हे त्याच्या सवडीवर अवलंबून ठेवलं होतं मी! अशा स्थितीत त्याच्या विमानाला अपघात व्हावा–

माणसानं ओठांशी नेलेला अमृताचा प्याला नियतीला अनेकदा पाहवत नाही. एखाद्या चेटकिणीसारखी ती अचानक प्रगट होते, आणि क्षणार्धात तो

प्याला भोवतालच्या धुळीत उडवून देते. तुझ्या बाबतीत हेच झालं. असं घडायला नको होतं. हे दु:ख माझ्या नंदाच्या वाट्याला तरी यायला नको होतं. पण–

नीट विचार कर, बाळ. विश्वाच्या या विराट चक्रात तू आणि मी कोण आहोत? या चक्राच्या कुठल्या तरी अरुंद पट्टीवर क्षणभर आसरा मिळालेले दोन जीव! दोन दवाचे थेंब– दोन धुळीचे कण! स्वतःच्या तंद्रीत अखंड भ्रमण करणारे हे अनादी, अनंत चक्र, तुझ्या-माझ्या सुख-दु:खांची कशी कदर करू शकेल?

एका क्षणात तुकडे-तुकडे झाले. ते वेडे-वाकडे तुकडे भुतांसारखे तुला भेडसावीत आहेत! पण एक गोष्ट कधीही विसरू नकोस, बेटा. भग्न स्वप्नांच्या तुकड्यांना कवटाळून बसण्यासाठी मनुष्य जन्माला आलेला नाही! मानवाचं मन केवळ भूतकाळाच्या साखळदंडांनी करकचून बांधून ठेवता येत नाही! त्याला भविष्याच्या गरुडपंखांचं वरदानही लाभलं आहे. एखादं स्वप्न पाहणं, ते फुलविणं, ते सत्यसृष्टीत उतरावं, म्हणून धडपडणं, त्या धडपडीतला आनंद लुटणं आणि दुर्दैवानं ते स्वप्न भंग पावलं, तरी त्याच्या तुकड्यांवरून रक्ताळलेल्या पायांनी दुसर्‍या स्वप्नामागनं धावणं, हा मानवी मनाचा धर्म आहे. मनुष्याच्या जीवनाला अर्थ येतो, तो यामुळं!

संकोच हा सत्याचा वैरी आहे. म्हणून घटकाभर तो बाजूला ठेवून, मी माझा अनुभव सांगतो तुला!

मी कॉलेजात होतो, तेव्हाची गोष्ट. शेजारची एक मुलगी मला फार आवडायची. तिच्याशी आपलं लग्न व्हावं, असं वाटायचं; पण ते झालं नाही. त्या काळात ते होणं शक्य नव्हतं. ते दु:ख माझ्या मनात अनेक दिवस सलत राहिलं. पुढं माई माझ्या आयुष्यात आली. उन्हाळ्यात गार वार्‍याची झुळूक यावी, तशी. प्रथम कर्तव्य, म्हणून, आणि नंतर आनंद होऊ लागला, म्हणून, माईला सावली देण्यात आणि तिच्या सावलीत विसावण्यात मी रमून गेलो. पहिल्या दु:खाचा मला पूर्ण विसर पडला. जी जखम असाध्य वाटली होती, तिचा साधा वणसुद्धा राहिला नाही पुढं!

माझं दुसरं स्वप्न होतं प्राध्यापक होण्याचं! ते खरं झालं. मी तत्त्वज्ञानाचा प्राध्यापक झालो; पण अनेक सुंदर स्वप्नं पृथ्वीवर उतरली, की कुरूप दिसू लागतात. या स्वप्नाची तीच गत झाली. केवळ एक सुखवस्तू प्राध्यापक म्हणून जीवन कंठण्याची माझी मलाच खंत वाटू लागली. पुढं 'चले जाव'ची चळवळ सुरू झाली. देशभक्तीच्या नव्या स्वप्नांनी मला झपाटलं. भूमिगत कार्यकर्त्यांना मी घरी लपवून ठेवू लागलो. तेव्हा तू होतीस आईच्या

पोटात. तुझ्या चळवळीकडे लक्ष द्यावं, की चळवळ्या पाहुण्यांची ऊठबस करावी, या कात्रीत अनेकदा बिचाऱ्या माईचं मन सापडे. फार कष्ट काढले तिनं त्या काळात. तुझं अलकनंदा हे नाव मी ठेवलं, ते या जगात प्रवेश करण्यापूर्वीचा तुझा अवखळपणा लक्षात घेऊनच!

बेचाळीसच्या त्या धामधुमीत माझी नोकरी गेली. पुढं प्रपंचाचा गाडा चालविण्यासाठी मी काय-काय केलं, याची कहाणी मी सांगत बसत नाही. ते दिवस आता मागं पडले आहेत. मात्र त्या वेळचे अनेक कडू अनुभव आजही मला अस्वस्थ करून सोडतात. ज्यांना आपण मित्र म्हणतो, त्यांत खरी नाणी थोडी, खोटी फार, हा अनुभव त्या वेळी फार मोठ्या प्रमाणात घेतला मी! त्यानंतर तुझ्या व सुमित्रेच्या बाललीलांनी आणि शाळा-कॉलेजांतल्या गोष्टींनी आमचा संसार काही काळ सुखाच्या सावलीत विसावला.

मग सुमित्रा मोठी झाली. शक्तीबाहेर खर्च करून तिच्यासाठी मी एका डॉक्टरांचं स्थळ पसंत केलं; पण दुर्दैवानं, तिला अकाली आपल्यांतून ओढून नेलं. डॉक्टरांना दुसरं लग्न करायचा सल्ला मीच दिला. चांगली प्राध्यापक असलेली पत्नी त्यांना मिळाली; पण मिलिंदाच्या सावत्र आईनं त्याला सांभाळण्याची जबाबदारी स्वीकारली नाही. मुकाट्यानं मी त्याला आपल्या घरी घेऊन आलो.

हे सारं लिहिलं, ते एवढ्यासाठीच, की आयुष्य हा सुख-दुःखाचा पाठशिवणीचा खेळ आहे, हे कधीही विसरू नकोस. जीवनात स्वप्न पाहण्याचा आनंद आहे, आणि स्वप्नभंगामुळं होणारा विषादही आहे!

–काय सांगत होतो मी तुला?– हो! हिमालयाच्या पायथ्याशी उभा असणारा मनुष्य किती खुजा, किती क्षुद्र दिसेल, याची कल्पना कर. विश्वशक्तीपुढं आपण सारे तसेच आहोत. जन्म हे या परमशक्तीचं वत्सल स्मित आहे, प्रीती हे तिचं मधुर गीत आहे, मृत्यू ही तिची राग व्यक्त करण्याची रीत आहे. या शक्तीची कृपा आणि कोप यांचा आपण नतमस्तक होऊन स्वीकार केला पाहिजे.

हे वाचता-वाचता तू मनात म्हणशील,

'लहानपणापासनं दादांनी मला इतकं शिकवलं– माझ्याकडनं खूप-खूप वाचवून घेतलं. तरी त्यांच्यांतल्या प्राध्यापकाचं अजून समाधान झालेलं दिसत नाही! पण या वेळी उपदेशाचे घोट नको आहेत मला! ज्यामुळं जीवनाची गोडी कळेल, असं काही तरी–'

तेच तुला सांगण्याचा प्रयत्न करतोय् मी! या जगात दुःख मनुष्याच्या पाचवीला पुजलेलं आहे. प्रत्येकाच्या आयुष्यात ते निरनिराळी रूपं घेऊन

येतं! स्वप्नभंग हा माणसाचा कायमचा सोबती आहे; पण माणसाचं मोठेपण आपल्या वाट्याला आलेलं सारं दुःख साहून नवी स्वप्नं पाहण्यात आहे– हालाहल पचवून अमृताचा शोध घेण्यात आहे.

–आणि हे अमृत त्याला सर्वत्र सापडतं! सुमित्रा गेली, त्या रात्रीची गोष्ट. माईला झोपेचं औषध देऊन निजवलं होतं. छोटा मिलिंद तिच्या कुशीत रडून-रडून झोपी गेला होता. रात्री दोन वाजता तुझा डोळा लागला; पण काही केल्या मला झोप येईना! ज्या सुमीला अंगाखांद्यांवर फुलासारखं खेळवलं होतं, तिच्या निर्जीव देहाला अग्निसंस्कार करताना– अजूनही ती आठवण झाली, की अंग शहारतं! माई मधेच जागी होईल, म्हणून तिच्यापाशी मी बसून होतो. मनात अंधळं वादळ घोंघावत होतं.

हळूहळू पहाट झाली. मी नकळत खिडकीकडे गेलो. पूर्वेकडच्या कोपऱ्यात तांबडं फुटलं होतं. हां-हां म्हणता जास्वंदीच्या लाललाल फुलांच्या राशीच्या राशी तिथं दिसू लागल्या. मी मंत्रमुग्ध होऊन ते रमणीय दृश्य पाहिलं. सौंदर्याच्या त्या दर्शनानं माझं मन थोडंसं हलकं झालं. मी डोळे मिटून त्याचा आस्वाद घेऊ लागलो. लहानपणी पहाटे आमच्या घरावरून गंगेवर जाणारा एक भाविक, 'मोगरा फुलला, मोगरा फुलला,' हा ज्ञानदेवांचा अभंग उच्च स्वरानं म्हणत जात असे. तो अभंग कानांत घुमू लागला. जिथं कधीही कुणाचाही मृत्यू झालेला नाही, अशा घरातून मूठभर मोहऱ्या आणायला सांगणाऱ्या बुद्धदेवाची मूर्ती डोळ्यांपुढं उभी राहिली. मनात आलं, लाखो लोकांनी गजबजलेल्या या शहरात काल किती तरी माणसं हे जग सोडून गेली असतील. त्यांतल्या प्रत्येकाच्या नातलगांचं दुःख आपल्या दुःखाइतकंच मोठं आहे. आपण सदैव आत्मकेंद्रित असतो. नेहमी केवळ स्वतःच्याच सुख-दुःखाचा विचार करतो. त्यामुळं आपलं दुःख आपल्याला फार-फार मोठं वाटत राहतं!

हा प्रकाश मनात साठवून मी माईजवळ गेलो. तिने अर्धवट गुंगीत डोळे उघडले. ती जागी होऊ लागली होती. कालच्या उभ्या दिवसात तिच्या पोटात काही गेलं नव्हतं. मी चटकन स्वयंपाकघरात गेलो. चहा केला. माईला हळूच उठवून, बसल्याजागी चूळ भरायला दिली. चहाचे दोन पेले घेऊन आलो. तिच्या हातात एक पेला दिला. तो तसाच घेऊन ती बसली. मी तिच्या पाठीवरून हात फिरवला. बशीच चहा ओतून ती तिच्या तोंडाला लावली. चहाचे घोट घेता-घेता तिला हुशारी वाटू लागली. चहा पिऊन झाल्यावर एखाद्या लहान मुलीसारखं तिनं आपलं मस्तक माझ्या मांडीवर ठेवलं. मी ते थोपटू लागलो. ती माझ्याकडे पाहत होती. मी तिच्याकडे

पाहत होतो, शब्द उमटत नव्हते, पण डोळे बोलत होते. जणू आम्ही एकमेकांना म्हणत होतो,

'या अंधारातून मला प्रकाशाकडे ने. मृत्योर्मा अमृतं गमय!'

तीन वाजून गेलेत. अलीकडे जाग्रण सोसत नाही मला. बसून फार वेळ लिहवतही नाही. म्हणून आवरतं घेतो. पीएच्.डी.चा अभ्यास करायची तुझी कल्पना चांगली आहे. संध्याकाळी आपण दासबाबूंच्याकडे जाऊ. तू काही कर; पण दुःखाच्या पिंजऱ्यात स्वतःला बंदिवान करून घेऊ नकोस. त्या पिंजऱ्याचं दार उघड, पंख पसर, आणि आकाशात भरारी मार. जीवनाचा अर्थ त्या आकाशाला विचार.

तुझा
दादा

१५

दासबाबूंच्या खोलीचे दार उघडेच होते. नंदाला वाटले, ते काही तरी वाचीत पडले असावेत. दादांना घेऊन ती दारापाशी आली. तिने खोलीत पाऊल टाकले. आपल्याला पाहताच 'सुस्वागतम्, सुस्वागतम्' किंवा 'हा पौर्णिमेचा चंद्र आज पश्चिमेकडे कसा उगवला?' असे काही तरी ते उत्फुल्ल स्वराने म्हणतील, अशी तिची कल्पना होती; पण तसे काहीच घडले नाही.

तिने डोकावून पाहिले.

दासबाबू एका कोपऱ्यात एकटेच बुद्धिबळाचा डाव मांडून बसले होते. तांबडे हिरवे हत्ती-घोडे बाजूला मरून पडले होते. खोलीतल्या त्या कोपऱ्यात जणू कुरुक्षेत्राचे रूप आले होते! आणि आश्चर्याची गोष्ट म्हणजे, दासबाबू जसे या युद्धातला अर्जुन होते, तसेच त्याच्यातला कर्णही तेच होते. दोन्हींकडल्या खेळी ते मोठ्या तन्मयतेने खेळत होते.

ते पाहून नंदाला आठवण झाली, ती लहानपणीच्या भातुकलीतल्या लग्नाची!

तिने दादांना हळूच खुणावले. तेही आत आले, आणि दासबाबूंच्या या क्रीडासमाधीकडे पाहू लागले.

"मेला, वजीर मेला!" हिरव्या घोड्याने तांबडा वजीर मारीत दासबाबू ओरडले. क्रिकेटच्या खेळपट्टीवर फलंदाजाची दांडी उडवणाऱ्या बालचमूतल्या गोलंदाजासारखे!

"कुणाचा वजीर मेला?" नंदाने मिस्किल स्वराने दारातून प्रश्न केला.

दासबाबूंनी एकदम वळून पाहिले. नंदा दृष्टीला पडताच त्यांच्या मुद्रेवर स्मित

झळकले. लगबगीने उठत आणि धोतराचा जमिनीवर लोळणारा सोगा कसाबसा सावरीत ते पुढे आले. 'नोमश्कार, नोमश्कार,' असे म्हणत त्यांनी दादांचे दोन्ही हात घट्ट धरले आणि मोठ्या आपुलकीने त्यांना एका सुंदर वेताच्या खुर्चीत बसविले. मग नंदाकडे लटक्या आश्चर्याने पाहत ते उद्गारले,

"प्रयागक्षेत्री सरस्वती गुप्त आहे, असं आम्ही पिढ्या-न्-पिढ्या ऐकत आलो; पण अलकनंदा अंतर्धान पावलेली आम्ही कधी ऐकली नव्हती, बुवा!"

नंदा काहीच बोलत नाही, असे पाहून ते दादांच्याकडे वळले आणि बंगाली उच्चारांची डूब असलेल्या मराठीत म्हणाले,

"दादासाहेब, आमची ही अलकनंदा कुठल्या समुद्राला मिळाली नाही ना अजून? बरेच दिवसांत काही खबर मिळाली नाही हिची! तेव्हा म्हटलं–"

काही क्षण नंदाच्या मनाची चलबिचल झाली. दादाही थोडे गडबडले; पण नंदाने लगेच स्वतःला सावरले. विषय बदलण्याकरिता ती हसत म्हणाली,

"सर, तुम्हांला बुद्धिबळाचा इतका शौक आहे, हे ठाऊक नव्हतं मला! लहान मुलासारखे एकटेच खेळत बसला होता!"

दासबाबू हसत म्हणाले,

"अग पोरी, बुद्धिबळ हेच आमचं भांडवल. आम्हां प्रोफेसरांना दुसरं काय येतंय्? बाजारात भाजी आणायला गेलो, तर मी शिळी भाजी महाग दरानं घेऊन येतो! मग काय होतं, सांगू?" चश्म्याआडचे आपले डोळे किलकिले करीत ते पुढे म्हणाले, "वर्गात तास-तास लेक्चरं देऊन आम्ही तुम्हांला हैराण करतो, नि भाजीचा असला आतबट्ट्याचा सौदा केला, की घरी सहधर्मिणी आम्हांला हैराण करते!"

बोलता-बोलता दासबाबू हसू लागले.

दादा आणि नंदाही त्यांच्या हसण्यात सामील झाली.

हसता-हसता दासबाबूंनी कोपऱ्यात पसरलेल्या बुद्धिबळाच्या पटाकडे पाहिले. ते गंभीर झाले. मग नंदाकडे वळून म्हणाले,

"एखाद्या वेळी दुर्दैव जाता-जाता आपल्याला धक्का देऊन जातं. त्या धक्क्यानं मनाचा तोल जातो. अशा वेळी बसतो हे लाकडी वजीर नाचवीत! एका बाजूला मी आणि दुसऱ्या बाजूला दैव. या दैवाचे डाव मीच टाकतो. काही वेळा ते जिंकतं; काही वेळा मी जिंकतो. मग हार-जीत सारखी वाटू लागते. मन हळूहळू ताळ्यावर येतं. आज असंच झालं. दुपारच्या डाकेनं कलकत्त्याचं एक पत्र आलं. माझ्या बालमित्राचा एक मुलगा आहे. काही उद्योगधंदा काढला होता त्यानं. त्यासाठी त्याला हवे होते पैसे. आमच्या बेलाच्या लग्नासाठी साठविलेली पुंजी दोन-तीन वर्षांच्या बोलीनं त्याला दिली होती मी! त्याचं एक चांगलं घर आहे कलकत्त्यात.

'ते घर विकून, तुमचे पैसे हवे तेव्हा परत करीन,' असं तो म्हणाला होता. मी विश्वासानं त्याला पैसे दिले. प्रॉमिसरी मागितली नाही. महिन्यापूर्वी त्यानं आपल्या धंद्याचा गाशा गुंडाळला, असं कळलं. चार पैसे परत मिळतात का, हे पाहण्यासाठी त्याच्या घराची चौकशी केली होती. आज त्या पत्राचं उत्तर आलं. ते घर आधीच कुणाकडे तरी गहाण ठेवलं होतं त्यानं! आता तर त्यानं ते विकूनही टाकलं आहे, म्हणे!''

दासबाबू एकदम थांबले. त्यांच्या हसऱ्या मुद्रेवर काळजीची अंधूक सावली दिसू लागली. क्षणभराने ते पुढे बोलू लागले,

''पत्र वाचून त्या पोराचा राग येण्याऐवजी माझाच राग आला मला! मग बसलो बुद्धिबळ खेळायला. हा खेळ म्हणजे साऱ्या तत्त्वज्ञानाचा मुकुटमणी आहे. आपण एकट्यानंच खेळायला बसलो, म्हणजे या नाटकात नायक आपण होतो, प्रतिनायकही आपणच असतो. एकाच वेळी आपण जिंकतो आणि हरतो. आपला जय हा आपलाच पराजय होतो. हा अनुभव घेतल्याशिवाय माणसाला जीवनाचा अर्थ कळायचा नाही!''

गाणे गोड लागावे, पण त्याच्या रागदारीचा आनंद चाखता येऊ नये, तसे काही तरी दासबाबूंचे हे बोलणे ऐकताना नंदाला वाटले.

तत्त्वज्ञान बोलू लागलेले दासबाबू एकदम खळखळून हसले आणि दादांच्याकडे वळून म्हणाले,

''दादासाहेब, माझं हे नेहमी असं होतं. हॅम्लेट म्हणतो ना? तसं! शब्द, शब्द, शब्द!'' लगेच नंदाकडे पाहत ते उद्गारले, ''तुझ्यासारख्या हुशार मुलीपुढं हे शब्दांचे फुगे फुगवून आता भागणार नाही, हे कळतंय् हं आम्हांला! तू केव्हा या शब्दांना टाचणी लावशील नि त्यांतली हवा काढून घेशील, याचा नेम नाही!'' लगेच गंभीर स्वराने ते म्हणाले, ''जाऊ दे ते. आज का आली होतीस, बेटी?''

क्षणभर नंदा गोंधळल्यासारखी झाली. मग आपल्या बोटांच्या अस्वस्थ चाळ्यांकडे पाहत ती म्हणाली,

''पीएच्.डी. करावी म्हणतेय् मी. जरा निराळ्या विषयावर. 'हॅम्लेट'मध्ये एक विचित्र प्रकारचा गूढपणा आहे, असं इलियटनं म्हटलं आहे ना? मलाही ते पटायला लागलंय्. पण ती गूढता आहे हॅम्लेटच्या आईच्या बाबतीत. तिचं चित्रण करताना शेक्सपिअर आपल्यापासून काही तरी लपवून ठेवतोय्, असं सारखं वाटत राहतं. तुम्हीच सांगा, सर, स्त्रीचं प्रेम इतकं चंचल असू शकेल? तिचं काळीज इतकं उलटं होऊ शकेल? जन्माचा जोडीदार म्हणून ज्याच्याबरोबर जीवनाचा अर्धामुर्धा प्रवास केला, त्याच्यावर सहजासहजी विषप्रयोग करण्याइतकी स्त्री पाषाणहृदयी होईल?''

आरंभाला क्षणभर गोंधळलेले नंदाचे मन आता स्थिर झाले होते. ती बोलण्याच्या भरात आली होती. दासबाबू तिच्याकडे अभिमानाने पाहत दादांना म्हणाले,

''दादासाहेब, मोठे भाग्यवान आहात तुम्ही. तुमची नंदा चर्चा करू लागली, म्हणजे जुन्या काळच्या गार्गी-मैत्रेयींच्या कथा खऱ्या असाव्यात, असं वाटू लागतं. बोला, आमची बेला तुम्ही घ्या. तुमची नंदा आम्हांला द्या. पटतो का सौदा?''

दासबाबूंच्या या शब्दांनी दादांचा ऊर अभिमानाने भरून आला.

नंदा मात्र एखाद्या लहान मुलीसारखी लाजेने चूर झाली. पायाच्या अंगठ्याच्या नखाने खालच्या गालिच्यावर ती रेघोट्या ओढू लागली.

''बोल, बेटी, बोल.'' हे दासबाबूंचे शब्द तिच्या कानांवर पडले, तेव्हा मान वर करून ती म्हणाली,

''हे पाहा, सर, हॅम्लेटच्या आईविषयी विचार करता-करता मला महाभारतातलं सावित्रीचं आख्यान आठवलं. 'हॅम्लेट'प्रमाणं तेही मी मन लावून वाचलं. मी अधिकच गोंधळात पडले. जीवनाचा अर्थ काय? प्रीतीचा अर्थ काय? या प्रश्नांनी मला सतावून सोडलं. यमाच्या हातून पतीचे प्राण परत आणणारी सावित्री कुठं नि नवऱ्याच्या खुनाच्या कारस्थानात आनंदानं भाग घेणारी हॅम्लेटची आई कुठं! या दोघींपैकी खरी कोणती?''

''दोघीही खऱ्या आहेत!'' शांतपणाने दासबाबू उत्तरले.

नंदा चमकली. ती एकदम गप्प झाली.

दासबाबू आपल्या खुर्चीवरून उठले. नंदाजवळ येऊन तिची पाठ थोपटल्यासारखी करीत ते उद्गारले,

''शाब्बास, बेटी! चांगला प्रश्न विचारलास. सावित्री आणि हॅम्लेटची आई या दोघीही खऱ्या आहेत, पोरी. सावित्रीच्या प्रीतीनं भक्तीचं रूप धारण केलं. शरीरसुखाचा मोह दूर फेकून देऊन, ती प्रीतीच्या पूजेत मग्न झाली. तिनं सत्यवानावर प्रेम केलं, ते स्वतःला पूर्णपणे विसरून. आत्मप्रीतीच्या शृंखला तिनं लीलेनं तोडल्या! हॅम्लेटच्या आईला ते साधलं नाही. बहुतेक माणसांना ते जमत नाही. ती केवळ स्वतःवर प्रेम करीत राहतात. आपल्या क्षणिक सुखापलीकडे ती पाहू शकत नाहीत. त्यामुळं वासनांच्या पाशांतून ती कधीच मुक्त होत नाहीत. त्या वासनाच शेवटी त्यांचे बळी घेतात. हॅम्लेटच्या आईची खरी शोकांतिका ही आहे.'' क्षणभर थांबून आणि कपाळावरला घाम पुसून ते म्हणाले, ''निसर्गानं माणूस मातीचा घडविला आहे. पण मातीच्या या भंगुर पुतळ्याला त्यानं प्रकाशाचे अमर पंख दिले आहेत. सावित्रीनं या पंखांचा उपयोग केला. त्यामुळं ती आकाशातली नक्षत्रं वेचू शकली. हॅम्लेटची आई या पंखांचं अस्तित्वच विसरली. माणसाची ही जाणीव नाहीशी झाली, की हळूहळू ते पंख गळून पडतात. मग उरतो, तो नुसता मातीचा पुतळा.

कुठल्याही वासनेच्या लोंढ्यात सहज वाहून जाणारा. पाहता-पाहता त्या पुतळ्याचा चिखल होतो! मग मनुष्य त्याच चिखलात डुकराप्रमाणं लोळत राहतो. शेवटी—''

आपण फार बोललो, असे वाटून दासबाबू एकदम थांबले. दादांच्या जवळ जाऊन ते म्हणाले,

''माफ करा हं, दादासाहेब. लेक्चरबाजी हे व्यसन होऊन बसलंय् माझं!''

दासबाबूंच्या बोलण्याने नंदाप्रमाणे दादाही प्रभावित झाले होते. इंग्रजीचा उत्कृष्ट प्राध्यापक म्हणून गाजलेला हा विद्वान, स्वतंत्र बुद्धीने विचार करणारा जीवनाचा अभ्यासक आहे, याची त्यांना कल्पना नव्हती. दासबाबूंचे दोन्ही हात स्नेहभावाने हातात घेत ते म्हणाले,

''छे, छे! आपलं लेक्चर मधेच थांबलं, म्हणून फार वाईट वाटलं मला. बोला, बोला ना आपण!''

नंदानेही दासबाबूंना पुढे बोलण्याचा आग्रह केला.

दासबाबू आरामखुर्चीत बसत म्हणाले,

''अलकनंदा, एक गोष्ट कधीही विसरू नकोस. विरोधाभास अलंकाराचं अतिशय उत्कृष्ट उदाहरण कोणतं, असं जर मला कुणी विचारलं, तर मी चटकन् उत्तर देईन— मनुष्य! माणसाच्या मनात जशी उच्छृंखल आसक्ती आहे, तशी उदात्त विरक्तीही आहे. बेटी, मनुष्य एकरंगी नाही. त्याचा खरा संघर्ष ईश्वराशी नाही, समाजाशीही नाही; तो स्वतःशीच आहे. प्रीतीचा अर्थ काय, असं तू मघाशी मला विचारलंस.''

बोलता-बोलता ते खुर्चीवरून उठले. टेबलालगतच्या भिंतीवर सुंदर चौकटीत बसविलेले एक मोठे चित्र दिसत होते. ते त्यांनी हळूच खाली काढले. नंदाला ते दाखवीत दासबाबू म्हणाले,

''या चित्रातल्या वेलीवर नाना रंगांची फुलं उमलली आहेत. प्रीतीही या वेलीसारखीच आहे, बाळ. प्रीती म्हणजे केवळ यौवनाच्या प्रेरणेतून उद्भवणारी वासना नव्हे! त्या वासनेची किंमत मी कमी मानत नाही. साऱ्या संसाराचा आधार आहे ती! पण या वासनेला जेव्हा खोल भावनेची जोड मिळते, तेव्हाच प्रीती ही अमृतवेल होते. मग या वेलीवर करुणा उमलते, मैत्री फुलते. मनुष्य जेव्हा-जेव्हा आत्मप्रेमाचे कवच फोडून बाहेरच्या विश्वाशी एकरूप होतो, तेव्हा-तेव्हा प्रीतीचा खरा अर्थ त्याला जाणवतो. या बाहेरच्या विश्वात रौद्र-रम्य निसर्ग आहे, सुष्टदुष्ट माणसं आहेत, साहित्यापासून संगीतापर्यंतच्या कला आहेत, आणि महारोग्याच्या सेवेपासून विज्ञानातल्या संशोधनापर्यंतची आत्म्याची तीर्थक्षेत्रं आहेत.''

ते क्षणभर थांबले. मग शांतपणे म्हणाले,

''पण हीच प्रीती नुसती आत्मकेंद्रित झाली, आत्मपूजेशिवाय तिला दुसरं

काही सुचेनासं झालं, म्हणजे मनुष्य केवळ इतरांचा शत्रू होत नाही; तो स्वतःचाही वैरी बनतो! मग या वेलीवर विषारी फुलांचे झुबके लटकू लागतात.''

चित्र दादासाहेबांच्या हातात देऊन दासबाबू आपल्या खुर्चीत येऊन बसले. मग स्वतःलाच हसत ते म्हणाले,

''आम्हां प्रोफेसर मंडळींची विसरभोळे म्हणून लोक नेहमी थट्टा करतात. दादासाहेब, ती थट्टा काही खोटी नाही. तुमच्या कन्यकेनं ही चर्चा सुरू केली आणि माझी तहान-भूक हरपली! घरात कॉफी सांगायलासुद्धा विसरलो मी. बेटी, टेबलावरची घंटा वाजीव जरा.''

टेबलाजवळ जाऊन नंदाने घंटा वाजविली.

एक नोकर लगबगीनं आत आला. दासबाबूंनी त्याला कॉफी आणायला सांगितले.

तो निघून गेल्यावर त्यांचं लक्ष कोपऱ्यात अर्धवट राहिलेल्या बुद्धिबळाच्या डावाकडे गेले. ते नंदाकडे वळून म्हणाले,

''अलकनंदा, मघाशी मी जे बोलत होतो, ते अर्धवट राहिलं. इकडं ये, बेटा.''

नंदा उठली आणि दासबाबूंच्या बरोबर कोपऱ्यात जाऊन उभी राहिली.

दादा कुतूहलाने त्या दोघांकडे पाहू लागले.

दासबाबू नंदाला म्हणाले,

''नीट पाहा या पटाकडं. माणसाच्या हृदयात जो नंदादीप तेवत असतो, त्याच्या प्रकाशात पाहा. पटाच्या या बाजूला बसली आहे सती सावित्री, दुसऱ्या बाजूला बसली आहे हॅम्लेटची आई–एक कुलटा! अनादिकालापासून हा खेळ चालला आहे. अनंत काळ तो चालणार आहे. ही दोन्ही मनुष्याचीच प्रतीकं आहेत. पहिलं आहे एका उत्तुंग आदर्शाचं, दुसरं आहे अधोगतीची परिसीमा गाठलेल्या वास्तवाचं. प्रत्येक मानवी जीव या दोन टोकांमध्ये नेहमी घुटमळत असतो.''

नोकर कॉफीचा ट्रे घेऊन आत आला. तिपाईवर त्यानं तो ठेवला.

दासबाबू हसत म्हणाले,

''ही घट-पटादी खटपट बस्स झाली! चला, कॉफीच्या पेल्यात हे सारे शब्दांचे बुडबुडे आपण बुडवून टाकू या.''

नंदाने दोन पेल्यांत कॉफी ओतून दादा व दासबाबू यांना ते दिले. मग आपला पेला घेऊन ती खुर्चीत बसली.

कॉफीचा वास दासबाबूंना फार आवडे. एखाद्या सोनचाफ्याच्या फुलाचा घ्यावा, तसा त्यांनी आपल्या पेल्यातल्या वाफेचा वास घेतला. मग तीन-चार उनउनीत घोट घेऊन ते म्हणाले,

''बेटी, माझं हे शब्दांचं दारूकाम विसरून जा; पण एक गोष्ट मात्र काळजावर

कोरून ठेव. जीवनाचा अर्थ ते जगूनच कळतो. निरपेक्ष प्रेम केल्यानंच प्रीतीचा अर्थ समजतो. अंतरीच्या ओढीनं जो दुसऱ्याचं दुःख वाटून घेईल, त्यालाच, प्रीती हा मानवाच्या शापित जीवनाला देवानं दिलेला एकुलता-एक वर आहे, याची प्रचीती येईल.''

नदीला आलेल्या पुराची शोभा पाहत एखाद्या चित्रकारानं काठावर पुतळ्यासारखे उभे राहावे, तशी दासबाबूंचे बोलणे ऐकताना दादांची स्थिती झाली होती. फुललेल्या प्राजक्ताची टपटप फुले पडावीत, तसं दासबाबूंचे सारे वाचन; सारे चिंतन, सारे जीवनविषयक तत्त्वज्ञान त्यांच्या बोलण्यातून प्रगट होत होते. त्यामुळे त्यांचे मराठी शब्दांचे बंगाली वळणाचे उच्चार दादांना कुठेच खटकले नाहीत!

दासबाबूंचे बोलणे ऐकता-ऐकता नंदाच्या मनःस्थितीची आठवण होऊन दादा म्हणाले,

''माणसानं बाहेरच्या जगाशी एकरूप व्हायला हवं, हे तुमचं म्हणणं अगदी खरं आहे, दासबाबू! पीएच्. डी. करण्याआधी नंदानं वर्ष-सहा महिने बाहेरचं जग मनसोक्त पाहावं, असं फार-फार वाटतंय् मला!''

''तुझी जायची तयारी आहे, बेटी?'' एकदम काही तरी आठवल्यासारखं करीत दासबाबूंनी विचारले.

''कुठं?''

दादांच्याकडं वळून खो-खो हसत दासबाबू म्हणाले,

''पाहिलंत, दादासाहेब? या आमच्या मुली! कुठं, केव्हा, कुणाबरोबर, या प्रश्नांच्या चक्रव्यूहात कायमच्या अडकलेल्या! पाश्चात्त्य मुलगी अशी नाही! जगाच्या पाठीवर कुठंही जायला तयार होईल ती. अगदी एकटी. केवळ नव्या-नव्या अनुभवांच्या आनंदासाठी.''

दासबाबूंचे बोलणे हे एक प्रकारचे आव्हान होते.

नंदा एकदम उसळून उत्तरली,

''सर, मी तयार आहे जायला! कुठंही!''

कौतुकाच्या स्वरात दासबाबू म्हणाले,

''तुला थोडाच उत्तरध्रुवावर जायला सांगणार होतो मी! तुम्ही मुली जालही एक वेळ! पण आम्हां आई-बापांना तेवढा धीर हवा ना! हं, काय सांगत होतो मी? कंपॅनिअन म्हणून एक शिकलेली मुलगी हवीय् एका जहागिरदारिणीला. आपल्याच कॉलेजची विद्यार्थिनी होती ती! मी थट्टेनं शकुंतला म्हणत असे तिला. पण तिच्या रूपाइतकाच तिचा गळाही गोड होता. तिनं म्हटलेलं एक गाणं अजून आठवतंय् मला–

'ओ सजना, बरखा बहार आयी!' ''

नंदा आश्चर्यानं उद्गारली,

"वसुंधरा गुप्ते? तिला कंपॅनिअन हवीय्? ती जहागिरदारीण कधी झाली?"

दासबाबू हसत म्हणाले,

"हां, बरोबर! काल अचानक तिचा मला फोन आला, तेव्हा मी तिला हाच प्रश्न विचारला. ती आपल्या कॉलेजात पहिल्या वर्षाला होती ना? तेव्हा बोलपटासाठी तिचा आवाज घ्यायची बोलणी चालली होती कुठल्या तरी कंपनीशी, तिथं विलासपूरचे जहागिरदार आले होते, म्हणे! ही त्यांच्या डोळ्यांत भरली, कानांत गुंजारव करू लागली. मग काय? प्रेम काय कण्वऋषींच्या आश्रमातच जमतं? ते जाऊ दे. कंपॅनिअनला अडीचशे रुपये देणार आहे ती. तसं काम काही नाही. तिच्याबरोबर हिंडाय-फिरायचं. तिची लहर लागली, तर काही थोडं वाचून दाखवायचं. तिला एक लहान मुलगी आहे. तिला फिट्स येतात, म्हणे, अधून-मधून. त्या मुलीला थोडं जपायचं!" लगेच दादांच्याकडं वळून त्यांनी प्रश्न केला, "काय, दादासाहेब?"

दादा हसत उत्तरले,

"बाहेरचं जग पाहायची सुरेख संधी आहे ही! अवश्य जाऊ दे नंदाला!"

नंदा मोठ्या उल्हसित स्वरानं म्हणाली,

"सर, माझी चांगली ओळख आहे या वसुंधरेशी. 'ओ सजना' या तिच्या गाण्यावर मी इतकी खूश झाले होते, की–तिची कंपॅनिअन म्हणून आनंदानं जाईन मी."

दासबाबू उठत म्हणाले,

"ती कुठल्या तरी हॉटेलात उतरली आहे. पत्ता, फोन-नंबर सारं सांगितलंय् तिनं! थांब हं. आत्ताच फोन करतो तिला मी!"

दासबाबू पलीकडल्या खोलीत फोन करायला गेले.

नंदाच्या डोळ्यांपुढे विलासपूरचे एक सुंदर स्वप्न उभे राहिले. सुंदर वसूच्या मधुर गाण्याच्या तालावर नाचणारे, हसणारे, खिदळणारे!

मात्र रात्री दादांनी हा विषय माईपाशी काढला, तेव्हा आपले हे स्वप्न गारेसारखे क्षणार्धात विरघळून जाणार, असे भय नंदाला वाटू लागले. माई एकच जपमाळ घेऊन बसल्या–

"पोरीला नोकरी करायची असली, तर खुशाल इथं करू दे. तेवढ्यासाठी कुठं तरी दूर कशाला जायला हवं?"

दादा त्यांच्याशी युक्तिवाद करू लागताच डोळ्यांत पाणी आणून त्या उद्गारल्या,

"हे आईचं मन आहे! तुम्हांला नाही कळायचं ते!"

दादा गप्प बसले.

नंदा मुंबईत राहिली, तर शेखरच्या आठवणींचे निखारे तिच्या मनात धगधगत राहतील; ती कुठे तरी दूर गेली, आनंदी वातावरणात रमली, आणि सभोवतालच्या सुख-दु:खांकडे जगरहाटी म्हणून पाहू लागली, म्हणजे तिचे मन स्थिर होईल, अशी दादांची खात्री होती. म्हणून तर त्यांनी दासबाबूंच्या घरी क्षणाचाही विलंब न लावता नंदाच्या जाण्याच्या बेताला संमती दिली होती.

नंदाही विलासपूरला जायला उत्सुक झाली होती. दासबाबूंच्या शिकलेल्या मुलींवर घरकोंबडेपणाचा आरोप तितकासा खरा नाही, हे तर तिला सिद्ध करून दाखवायचे होतेच; पण त्यापेक्षाही वसूविषयीच्या जाग्या झालेल्या जुन्या आकर्षणाने तिचे मन धुंद होऊन गेले होते. तिच्या सुखद सहवासाची अनेक स्वप्ने ते रंगवू लागले होते. मनाचा हा उल्हास गेल्या पाच महिन्यांत ती प्रथमच अनुभवीत होती.

तिच्यापुढे एक मोठे प्रश्नचिन्ह उभे राहिले.

माईची समजूत कशी घालायची?

दोन दिवस असेच गेले.

नंदा निराश झाली. काही चमत्कार घडला; तरच आपले विलासपूरला जाणे घडेल, असे तिला वाटू लागले. मन कुठे तरी गुंतवायचे, म्हणून माहेरी आलेल्या नलूला भेटायला ती गेली.

संध्याकाळी परत आल्यावर पाय धुऊन ती स्वयंपाकघरात पाऊल टाकते-न-टाकते तोच, माई उद्गारल्या,

''तुझी विलासपूरला जायची तयारी करायला हवी, बाई, आता!''

नंदाला या बोलण्याचा अर्थच कळेना. ती टकमक पाहत राहिली, तेव्हा माई हसत म्हणाल्या,

''अशी वेंधळ्यासारखी पाहत काय राहिलीस? अग, तुझी जिवाभावाची मैत्रीण विलासपूरची जहागिरदारीण झालीय्, तिच्याकडं तू जाणार आहेस, हे कुणी तरी नीट मला समजावून सांगायचं, की नाही? दोन दिवस वाट पाहिलीन् तुझी त्या वसूनं! पण तुझा पत्ता नाही. म्हणून दासबाबूंना पत्ता विचारून ती तुला शोधायला आली. मोठी भाग्याची आहे हं पोरगी! गाडी किती सुरेख होती, म्हणतेस, तिची. तुझ्यावर फार जीव आहे तिचा. मला गळ्याची शपथ घालून म्हणाली, 'माई, नंदाला पाठवा माझ्याबरोबर. नाही तर मला तरी तुमच्या घरी ठेवून घ्या.' मी तिला म्हटलं, 'तुझ्यासारख्या जहागिरदारिणीची बडदास्त ठेवायचं बळ मला नाही, बाई. तू आपली नंदालाच घेऊन जा कशी. ती तुझ्याकडं असली, तर काडीचीही काळजी नाही मला तिची. नि हे बघ, जमलं, तर चांगलासा जावईही बघून दे मला.' ''

नंदा मुकाट्याने हे सारे ऐकत होती. तिला हवा असलेला चमत्कार घडला होता! मात्र राहून-राहून तिच्या मनात येत होते,

त्या दिवशी माईचा नकार ऐकल्यावर आपण इतक्या कशा गोंधळून गेलो? तिचा रुकार मिळविण्याचा हा सोपा मार्ग आपल्याला कसा सुचला नाही?

नंदा स्तब्ध उभी असलेली पाहून माई जवळ आल्या आणि तिच्या पाठीवरून हात फिरवीत म्हणाल्या,

"उद्या सकाळी उठलीस, की आधी तिच्याकडं जा. कधी निघायचं, ते ठरवून ये. या जगात सारं मिळेल, बाई; पण असली माया मिळायची नाही!"

१६

नंदाने दारावरली घंटा वाजवली.

लगेच एका नोकराने दार उघडले.

'वयनीसाब आपलीच वाट बगत बसल्याती!' असे त्याने तिला सांगितले. वसुंधरेच्या प्रशस्त खोलीच्या दाराशी त्याने तिला नेऊन सोडले.

दार किलकिलेच होते. नंदाने ते हळूच उघडले. तो आवाज वसुंधरेला ऐकू गेला नसावा!

ती एका कोचावर अर्धवट पाठमोरी बसली होती. तिच्या पुढ्यात एक भली मोठी बाहुली दिसत होती. त्या बाहुलीकडे ती टक लावून पाहत होती.

नंदाला नवल वाटले. त्या बाहुलीशी वसुंधरा एवढे कसले हितगूज करीत आहे, हे तिला समजेना. कॉलेजात ती आठ-दहा महिनेच होती. तेव्हासुद्धा पर्णभारात लपून कुहूकुहू करणाऱ्या कोकिळेसारखी ती वाटायची. सदा-न्-कदा आपल्या नादात गुंग असायची! आता जहागिरदारीण झाल्यावर तिचा तो एकलकोंडा स्वभाव पार बदलून गेला असेल, अशी कल्पना करीत नंदा तिला भेटायला आली होती.

कॉलेजात असताना वसुंधरेचे एकच स्वप्न होते—लोकप्रिय पार्श्वगायिका होऊन खूप-खूप पैसे मिळवायचे—दररोज नवी उंची साडी नेसता येईल, इतके पैसे मिळवायचे! अनेक चांगल्या गायिकांची ती सहीसही नक्कल करी; पण 'हे गाणं तुला नीट जमलं नाही!' अशी कुणी थट्टा केली, की लगेच ती रडकुंडीला येई. अगदी जीव घ्यायला निघे. जहागिरदारीण बनलेली आणि मातृपद प्राप्त झालेली वसुंधरा त्या वसूपेक्षा भिन्न झाली असेल, पोक्तपणाने ती आपले स्वागत करील, असे नंदाला वाटत होते. आपल्या या निराधार कल्पनेचे तिचे तिलाच हसू आले आता.

एक नीटनेटकी, उजळ रंगाची आणि हुशार दिसणारी नोकराणी याच वेळी तिथे आली. बहुधा ती वसुंधरेची खास दिमतीची दासी असावी. नंदा दारातच थबकून उभी आहे, हे पाहताच ती मोठ्याने उद्गारली, 'अगो बया!' त्या उद्गारासरशी वसुंधरा दचकली. तिने वळून पाहिले. दारात उभ्या असलेल्या नंदाला तिने चटकन ओळखले. झटकन उठून दाराकडे येत ती उद्गारली,

"अग नंदा, अशी परक्यासारखी दारात काय उभी राहिलीस? मी जहागिरदारीण असले, तर ती या पार्वतीच्या दृष्टीनं! तू नि मी कॉलेजातल्या मैत्रिणी."

दारातून पुढं आलेल्या नंदाचे दोन्ही हात धरून तिला आपल्याजवळ कोचावर बसवीत ती म्हणाली,

"मला वसू म्हणायचंस हं तू, नि मी तुला नंदा म्हणणार! इथं अहो-जाहोचं काही काम नाही, तू माझी कंपॅनिअन म्हणून यायला तयार आहेस, असं त्या दिवशी दासबाबूंनी फोनवरून सांगितलं ना, तेव्हा मला कित्ती-कित्ती आनंद झाला, म्हणून सांगू? वाटलं, उठावं नि महालक्ष्मीला जाऊन तिच्या पाया पडून यावं."

काय बोलावे, हे नंदाला कळेना. वसुंधरेच्या बोलण्यातल्या अतिशयोक्तीमुळे ती गोंधळून गेली. ती काहीच बोलत नाही, असे पाहून वसुंधरा तिचा खांदा हलवीत म्हणाली,

"तू कशाला, बाई, बोलशील माझ्याबरोबर? कॉलेजात तू होतीस स्कॉलर, आम्ही होतो ढ!" लगेच नंदाचे तोंड दोन्ही हातांनी आपल्याकडे फिरवून ती उद्गारली, "कॉलेजात दिसत होतीस, तशीच आहेस की, ग, अजून! कोवळेपण टिकविण्याची काही किमया पैदा केली आहेस, वाटतं? मला शिकव ना ती!"

काही तरी बोलले पाहिजे, म्हणून नंदा म्हणाली,

"तू तर चांगली जहागिरदारीण होऊन बसली आहेस. गोड गळा दिलाय् देवानं तुला. जन्मभर कोवळेपण टिकवशील तू आपलं."

नंदा हे बोलली खरी; पण वसुंधरेच्या मुद्रेकडे निरखून पाहिल्यावर तिला काही तरी चुकल्या-चुकल्यासारखे वाटले.

वसू अंगाने थोडी भरली होती. त्यामुळे तिचे देखणे रूप अधिकच खुलून दिसत होते; पण एखाद्या प्रतिभावंत शिल्पकाराने केलेल्या अप्सरेच्या अंधळ्या पुतळ्याचा भास होत होता तिला पाहून. कॉलेजात असताना तिच्या डोळ्यांत चैतन्य कसे सळसळायचे. तिचे डोळे म्हणजे दोन शुक्राच्या चांदण्या वाटायच्या. 'ओ सजना'सारखे गाणे ती म्हणू लागली, की त्या डोळ्यांतून फुलपाखरे नाचत बाहेर पडायची!

नंदाने तिच्याकडे पुन्हा-पुन्हा पाहिले.

तिचे मन चुकचुकत विचारीत होते,

'त्या शुक्राच्या चांदण्या केव्हा मावळल्या? ती फुलपाखरं कुठं गेली?'

वसूविषयीच्या अनामिक करुणेने नंदाचे मन भरून गेले.

नंदाचा हात हातात घट्ट धरून वसुंधरा बोलू लागली.

वसूच्या हाताचा विचित्र ओलसरपणा नंदाला सारखा जाणवत राहिला.

'मुंबईची हवाच अशी!' असे म्हणून तिने आपल्या मनाचे समाधान करण्याचा प्रयत्न केला.

वसू चिंतायुक्त स्वरात तिला सांगत होती,

''दोन-तीन महिने झाले, बघ, मधुरेला एकदम फिट्स यायला लागल्या. खूप उपाय केले विलासपुरात; पण काही केल्या गुण येईना! म्हणून इथं घेऊन आले तिला. बड्या-बड्या डॉक्टरांना दाखवलं. त्यांनी सांगितलेली सारी औषधं दिली. आता बरं आहे तिचं! पण माझं मन काही अजून थाऱ्यावर येत नाही, बाई. वाटलं, परत जाताना एक चांगली मावशी घेऊन जावं मधुरेसाठी. म्हणजे आपल्याला सोबत होईल नि बेबीलाही एकटं एकटं वाटणार नाही. सख्ख्या बहिणीसारखी कुणी तरी हवी होती मला. जे कुणी ओळखीचं भेटेल, त्याला सांगत होते मी! परवा मधूसाठी एक छोटं गोष्टीचं पुस्तक आणलं. ती होती शकुंतलेची गोष्ट. दासबाबूंची आठवण झाली एकदम—मला शकुंतला म्हणायचे ते!''

बोलता-बोलता वसुंधरा थांबली. एखादा अर्धवट सूर वाऱ्यावर विरून जावा, तशी. समोरच्या त्या भल्या मोठ्या बाहुलीकडे मोठ्या मायेने पाहत ती गुणगुणू लागली,

'नयना बरसे रिमझिम रिमझिम.'

नंदाला थोडे चमत्कारिक वाटले. मधुरा तर कुठेच दिसत नव्हती.

इतक्यात पार्वती चहाचा ट्रे घेऊन आत आली. चहा तयार करून तो पेल्यात ओतता-ओतता ती म्हणाली,

''वयनीसाब, गावांस्नी जायला कवा निगायचं?''

बाहुलीवरली नजर पार्वतीकडे वळवून वसुंधरा म्हणाली,

''का, ग? गंगारामाची आठवण होतेय् वाटतं, सारखी?''

पार्वती लाजली. खाली मान घालून पाहू लागली.

वसुंधरा नंदाकडे वळून म्हणाली,

''आमची पार्वती मोठी हुशार आहे हं. अगदी जीव लावून माझं नि मधूचं सारं करते ही–पण...'' खुदकन हसत ती पुढे उद्गारली, ''लग्न झालंय् हिचं चार महिन्यांपूर्वी. गंगारामाशी– देवदत्तांच्या ड्रायव्हरशी.''

नंदानं विचारलं,

''देवदत्त? देवदत्त कोण?''

वसुंधरा उत्तरली,

“अग, हो, सारंच मुसळ केरात! तिकडच्या ड्रायव्हरशी असं म्हणायला हवं, नाही का? पण मी आपली देवदत्तच म्हणते त्यांना! फार मोठ्ठी लायब्ररी आहे हं त्यांची! तुझ्यासारख्या विदुषीची काही-काही अडचण होणार नाही विलासपुरात! शिवाय, जवळच चंदनगड म्हणून एक जुना किल्ला असलेलं गाव आहे. चांगलं हवेचं ठिकाण आहे. तिथं सुंदर बंगला आहे आमचा. अगदी मजेत दिवस जातील तुझे!”

पार्वती बाहेर जाऊ लागली, तेव्हा काही आठवल्यासारखे करीत वसुंधरा म्हणाली,

“अग, मधू कुठं आहे, बघ. तिला म्हणावं, मावशी आलीय् तुझी– नंदामावशी.”

चहा घेता-घेता नंदा मनात म्हणत होती,

मुलीच्या दुखण्यानं फारच हळवी झालेली दिसतेय् वसू. आपण तिच्याबरोबर चार-सहा महिने राहिलो, तर तिला बरं वाटेल, तिचं मन स्थिर होईल. निदान वसूसाठी तरी आपल्याला विलासपूरला जायला हवं!

मधुरेची किलबिल बाहेरून ऐकू येऊ लागली, तेव्हा वसुंधरा म्हणाली,

“नंदा, चार-सहा दिवसांत निघायचं हं आपण इथनं. बाकीची माणसं आगगाडीनं येतील. तू, मी, मधू नि पार्वती गाडीनं जाऊ.”

‘ममी, ममी...’ करीत मधुरा आत धावत आली.

पाच वर्षांची ती गोड पोरगी पाहून नंदाला वात्सल्याचे भरते आले. तिला मिलिंदाची आठवण झाली. आईपाशी कुणी तरी बसले आहे, हे लक्षात येताच मधुरा थबकली. नंदाकडे टक लावून ती पाहू लागली. मग तिने हळूच विचारले,

“ममी, हीच ना, ग, नवी मावशी?”

नंदाने उठून लाजऱ्या मधुरेला अलगद उचलले. तिला आपल्या मांडीवर बसवीत आणि तिची हनुवटी वर करीत ती म्हणाली,

“मला छान-छान गोष्टी येतात हं.”

विस्फारलेल्या डोळ्यांनी तिच्याकडे पाहत मधुरेने विचारले,

“खरं?”

नंदाने मान डोलावली.

मधुरेने उत्सुकतेने प्रश्न केला,

“मला गोष्ट सांगशील आत्ता?”

नंदाने पुन्हा मान डोलावली.

मधुरा हळूच म्हणाली,

“राक्षसाची नको हं सांगू. भय वाटतं त्याचं मला!”

'लाक्षस' न म्हणता 'राक्षस' हा शब्द तिने स्पष्ट उच्चारला, त्याचे नंदाला मोठे कौतुक वाटले.

ती हसत उत्तरली,

''छान-छान गोष्ट सांगीन मी तुला; पण त्यासाठी आधी एक पापा द्यायला हवा मला माझ्या भाचीनं.''

नंदा आता आपला पापा घेणार, असे वाटून मधुरा झटकन तिच्या मांडीवरून दूर झाली. वसुंधरेच्या पुढ्यातल्या बाहुलीकडे आता कुठे तिचे लक्ष गेले. 'बाहुल्यांची राणी–बाहुल्यांची राणी' म्हणून टाळ्या पिटीत ती उचलायला मधुरा धावली; पण वसुंधरेने ती पटकन उचलली.

त्या बाहुलीला कुरवाळीत वसू म्हणाली,

''आत्ता नाही हात लावायचा हिला! पाच मिनिटांत तिला अर्धमेली करून सोडशील तू! तुमच्या रक्तातच मोड-तोड आहे ना? त्याला काय करायचं?''

बोलता-बोलता ती उठली. कोपऱ्यातल्या सुंदर आरसा असलेल्या अलमारीवर तिने ती बाहुली ठेवून दिली.

बाहुली न मिळाल्यामुळे मधुरा चिडली. तिचे ओठ थरथर कापू लागले. तिला चटकन जवळ घेऊन तिची समजावणी करीत नंदा म्हणाली,

''असं रागावायचं नाही, बाई! आपण दुसरी मोठ्ठी-मोठ्ठी बाहुली आणू या हं आत्ता.''

तिच्या गोड बोलण्याने आणि मायेच्या स्पर्शाने मधुरा सुखावली. तिच्या ओठांची थरथर थांबली.

नंदाने वसुंधरेकडे पाहिले.

मधुरेच्या हाताला लागू नये, म्हणून अलमारीवर ठेवलेल्या बाहुलीकडे पाहत ती तशीच उभी होती.

नंदाने पुन्हा निरखून पाहिले.

वसुंधरा बाहुलीकडे पाहत नव्हती. अलमारीच्या लंबवर्तुळाकार सुंदर आरशात पडलेले आपले मोहक प्रतिबिंब पाहण्यात ती गुंग होऊन गेली होती!

१७

घाटातले दृश्य पाहता-पाहता नंदा हरखून गेली. जणू सुंदर स्वप्नांची जत्रा भरली होती तिथे. ती पाहून परीराज्यातून तर आपण प्रवास करीत नाही ना, असा संभ्रम तिच्या मनात निर्माण झाला.

घाटातली वळणे गाडी सहजतेने घेत होती. कबुतराने ऐटीत मान मुरडून एकदा इकडे पाहावे. एकदा तिकडे पाहावे, तशी धुक्याच्या निळसर मच्छरदाणीत झोपी गेलेली वनश्री अजून जागी झाली नव्हती. तिच्या निद्रित लावण्याच्या अस्फुट दर्शनाने नंदा मंत्रमुग्ध होऊन गेली. आकाश दिसत नव्हते; पण बहुधा त्यात ढग रेंगाळत असावेत!

पहाटे पडून गेलेल्या पावसाच्या सरीने सारी सृष्टी अभ्यंगस्नान केलेल्या सुवासिनीसारखी दिसत होती. सडा-संमार्जन करून, फुलाफुलांची रांगोळी काढून आता ती देवपूजेला बसणार होती. त्याकरिता सूर्याचे निरांजन लावायला ती सिद्ध झाली होती.

सूर्यबिंब क्षितिजावर आले. हां हां म्हणता त्याचा अंधुकपणा नाहीसा झाला.

इतका वेळ नंदाला घरचा विसर पडला होता. नवे खेळणे मिळाले, म्हणजे लहान मुलाला आईचीसुद्धा आठवण होत नाही. तशी थोडीशी तिची स्थिती झाली होती; पण समोर सूर्यबिंब दिसताच तिला एकदम माईची, दादांची आणि मिलिंदाची आठवण झाली. तिला वाटले,

दादा चहा घेऊन वर्तमानपत्र वाचीत बसले असतील, पण त्यांचे अर्धे लक्ष बातम्यांत आणि अर्धे लक्ष आपल्या प्रवासाकडे असेल. माई चहाच्या वेळी आपली आठवण काढून हुरहुरली असेल! आणि जाग्या झालेल्या मिलिंदाने 'मावशी कुठाय्?' 'मावशी कुठाय्?' म्हणून भुणभुण सुरू केल्यावर त्याची समजूत घालता-घालता तिची पुरेवाट झाली असेल!

मागून मधुरेची तक्रार ऐकू आली.

'मी मावशीपाशी बसणार! अं–अं–अं– मला मावशी हवी!'

नंदाने वळून पाहिले.

वसुंधरा कोपऱ्यात डोळे मिटून पडली होती. पार्वतीच्या मांडीवर झोपलेली मधुरा जागी झाली होती.

नंदाने तिला हळूच पुढे घेतले. मावशीच्या मांडीवर बसून मधुरा बाहेर पाहू लागली. झाडे पाठशिवणीचा खेळ खेळत पळत होती. मान वळवून ती म्हणाली,

"नंदामावशी, आमच्या बागेतली झाडं कध्धी कध्धी पळत नाहीत. ही कशी, ग, मग पळतात अशी?"

प्रत्येक पिढीला बाळपणी पडणारा हा गहन प्रश्न ऐकून नंदा मनापासून हसली. मधुरेचे केस कुरवाळीत ती उत्तरली,

"झाडं पळत नाहीत, बाळ. आपण पळतोय्!"

मधुरा काही कमी वस्ताद नव्हती. ती चटकन म्हणाली,

"आपण कुठं पळतोय्? आपण तर गाडीत बसलोय्."

"आपण पळतो, म्हणजे आपली गाडी पळतेय्."

"चूक, चूक!" मधुरा टाळ्या पिटीत ओरडली. मग मिस्किलपणाने नंदाकडे पाहत तिने विचारले, "तू किती शिकलीहे, मावशी?"

"एम्. ए. झालेय् मी!"

"एमे? पण माझ्यासारखी मांटीसरी कुठं झालीहेस तू? झाडं कशी पळतात, ते आमच्या गाण्यात सांगितलंय्!"

शिशुवर्गातल्या बडबड-गीताचा शास्त्राधार मधुरेने पुढे केलेला पाहून नंदाला मोठी गंमत वाटली. ती लटक्या गंभीरपणाने म्हणाली,

"ऐकू द्या तरी ते गाणं! मला एम्. ए.लासुद्धा कुणी शिकवलं नाही ते!"

माना डोलावीत आणि हातवारे करीत मधुरा मुक्त कंठाने गाऊ लागली—

'गाडी चाले झुक् झुक् झुक्
माकडा, माकडा, टुक् टुक् टुक्!
भुरुभुरु पळती काही झाडे
पहा पऱ्यांचे हे वाडे!'

१८

विलासपूरचे पहिले दर्शन आपल्याला दिवसा उजेडी होईल, अशी नंदाची कल्पना होती; पण दुपारची विश्रांती घेऊन पुणे सोडताना वसुंधरा ड्रायव्हरला म्हणाली,

"महादेव, थेट विलासपूरला जायचं नाही हं. तो एक रस्ता फुटतो ना मधे? साताऱ्याच्या पुढं–अंगारा घेतला होता, बघ, मुंबईला जाताना–त्या बोवाकडे जायचंय्. त्याच्या पायांवर बेबीला घालू नि मग पुढं जाऊ."

महादेवाने मान हलवली. त्याचे चक्र फिरू लागले.

मात्र त्या चक्रापेक्षाही अधिक वेगाने नंदाच्या विचारचक्राचे भ्रमण सुरू झाले. मुंबईतल्या बड्या डॉक्टरांना मधुरेची प्रकृती दाखवून वसुंधरा परत चालली आहे. मधुरेच्या येणाऱ्या फिट्स त्यांच्या औषधाने थांबल्या आहेत. मग वसुंधरा या अंगाऱ्या-धुपाऱ्यांच्या नादी का लागली आहे?

मधुरेला ज्याच्या पायांवर घालून पुढे जायचे होते, तो मांत्रिक गावाजवळच्या टेकडीवरल्या भूतनाथाच्या देवळाकडे गेल्याचे कळले. गाडी तिकडे वळली. पण टेकडीवर गाडी नेण्याजोगा रस्ता नव्हता. सारी खाली उतरली आणि पायी चालू लागली. टेकडी फार उंच नव्हती. मात्र तिच्यावर गर्द झाडी होती.

महादेव त्या मांत्रिकाला शोधायला पुढे गेला.

मधुरा नंदाचे बोट धरून लगबगीने चालू लागली. पार्वती व तिच्यामागून वसुंधरा हळूहळू टेकडी चढू लागल्या.

त्या गर्द झाडीत एक पाखरू उंच आवाजात शीळ घालीत होते. दूर गेलेल्या एखाद्या सोबत्याला साद घालावी, तशी. ती शीळ ऐकून मधुरा वेडावून गेली.

'मावशी, ते पाखरू मला दाखव.' असा तिने हट्ट धरला.

नंदाही ती शीळ घालणारे अपरिचित पाखरू पाहायला उत्सुक झाली होती. सारा जन्म मुंबईत गेल्यामुळे पाखरांचे आवाज संध्यारंगांइतकेच विविध असतात, याची कल्पना नव्हती तिला. मधुरेचा हात घट्ट धरून त्या दाट झाडीत डाव्या बाजूला ती शिरली. शीळ ज्या दिशेने येत होती, तिकडे ती वळली. ते पाखरू कुठे तरी जवळपासच असावे! पण ते नक्की कुठे आहे, ते कळेना! त्याला शोधून काढणे हा लपंडावापेक्षा अधिक आनंददायक खेळ होता. नंदा मधुरेइतकीच लहान झाली. ते पाखरू शोधून काढण्यासाठी उजवीकडे वळ, डावीकडे पाहा, असे करू लागली. आता शीळ फार जवळून ऐकू येत होती. आनंदाच्या भरात मधुरेने नंदाच्या हातातून आपला हात सोडवून घेतला. ती पुढे धावली. याच वेळी बंदुकीचा नेम धरून सैनिकासारखा दिसणारा एक मनुष्य झाडीतून पुढे आला. त्याच्या हातातली बंदूक पाहताच मधुरा एकदम किंचाळली, 'आ–आ–आई' थरथर कापत ती खाली कोसळली.

डोळ्याचे पाते लवते, न लवते, तोच हे सारे घडले. असे काही तरी होईल, याची नंदाला कल्पनाही नव्हती. आपला शिकारीचा छंद पुरा करायला टेकडीवर आलेल्या त्या मनुष्याला तरी ती कशी असणार?

नंदा चटकन खाली बसली. मधुरेचे मस्तक मांडीवर घेऊन पदराने तिला वारा घालू लागली. मागून येणाऱ्या जहागिरदारीणबाईंना लवकर घेऊन यायला तिने त्या मनुष्याला सांगितले.

मधुरा अधून-मधून डोळ्यांची विचित्र उघडझाप करीत होती. विलासपूरला पोहोचायच्या आत हे काय विघ्न उद्भवले, असे मनात येऊन नंदा गोंधळून गेली.

वसुंधरा आली. अंगारा देणारा भूतनाथाचा उपासकही याच वेळी तिथे प्राप्त झाला. बराच वेळ छा-छू करून आणि त्या टेकडीवरल्या साऱ्या भुताखेतांना धमक्या देऊन त्याने आपला मंतरलेला अंगारा मधुरेला लावला. पण मधुरा लवकर शुद्धीवर येण्याचे लक्षण दिसेना. मग महादेव खाली धावत गेला. पळतच गाडीतली औषधांची बॅग घेऊन आला. वसुंधरेने दिलेल्या एका औषधाचे थेंब नंदाने अळेबळे मधुरेच्या तोंडात घातले. दहा-दहा मिनिटांनी ती थोडे-थोडे थेंब घालीत होती. जवळजवळ दोन घटकांनी मधुरा शुद्धीवर आली. थरथर कापत तिने विचारले,

"आज्जी–आज्जी कुठाय्?"

लगेच तिने आपल्या चिमुकल्या हातांनी डोळे गप्पकन् मिटून घेतले. ती रडव्या स्वरात म्हणाली,

"मारू नका, माझ्या आज्जीला मारू नका!"

११

नंदा विलासपूरला पोहोचली, तेव्हा सारे गाव अंधार पांघरून झोपेच्या कुशीत पेंगळून पडले होते. आपल्या प्रशस्त दालनाशेजारची खोली वसुंधरेने तिला दिली. तिथे तिने आपले सामान टाकले. मधुरा गाडीतच झोपली होती. त्यामुळे हातपाय धुऊन होताच दोघी जेवायला बसल्या. मात्र जेवताना नंदा अगदी अबोल होती. तिला दिलेल्या खोलीत भिंतीवर जिकडेतिकडे देवादिकांची चित्रे आणि साधुसंतांच्या तसबिरी होत्या. त्यांतल्या एका तसबिरीकडे तिने कुतूहलाने पाहिले. खुर्चीवर चढून ती कुणाची तसबीर आहे, हे जाणण्याचा प्रयत्न केला. तसबिरीच्या खालची 'अक्कलकोट स्वामी' ही अक्षरे मोठ्या कष्टाने तिने वाचली. जेवत असताना तिची नजर अधून-मधून सभोवताली भिरभिरी फिरत होती. जहागिरदारणीच्या निवासस्थानाला शोभेल, अशी कुठलीच सजावट तिला दिसेना. एखाद्या मठाप्रमाणे जिकडे-तिकडे पुराणकथांवर आधारलेली चित्रे स्वागत करीत होती. एका गूढ, अद्भुत जगात तिला ओढून नेत होती. चित्रविचित्र वेषांतल्या साधुसंतांच्या तसबिरींची इथेही उणीव नव्हती.

ती काहीच बोलत नाही, असे पाहून वसुंधरेने विचारले,

"भिंतीकडे काय बघतेहेस, ग, पुन्हा पुन्हा?"

हसण्याचा प्रयत्न करीत नंदा म्हणाली,

"तू फार धार्मिक झालेली दिसतेस अलीकडे. एखाद्या आजीबाईसारखी!"

तिचा रोख वसुंधरेला कळला. शून्य दृष्टीने समोरच्या तसबिरींकडे पाहत ती म्हणाली,

"हा माझा बंगला नाही, नंदा. मामंजी राहत होते, म्हणे, पूर्वी. त्यांची आठवण म्हणून सासूबाईंनी त्यांच्या वेळची सारी सजावट तशीच ठेवलीय्!"

"तुझे मामंजी मोठे देवभक्त होते, वाटतं?"

"कुणास ठाऊक! देवदत्तांच्या लहानपणीच गेले ते. बुवा-बैराग्यांचा फार नाद होता, म्हणे, त्यांना! इतकी वर्षं झाली; पण सासूबाईंना काही त्यांचा विसर पडलेला नाही. मुद्दाम इथं राहतात त्या. त्यांच्यासारखी पतिव्रता–"

"कुठं आहेत त्या? रात्री जेवत-बिवत नाहीत का?"

"तीर्थयात्रेला गेल्या आहेत त्या. वरचेवर जातात अशा! वर्षातनं सहा महिने इथं नसतातच!"

"पण मधुरेला फार लळा दिसतोय् आजीचा?"

हा प्रश्न विचारताना भूतनाथाच्या टेकडीवरला दुपारचा विचित्र प्रसंग नंदाच्या डोळ्यांपुढे उभा राहिला.

बंदुकीचा नेम धरून पाखरांची शिकार करणारा तो माणूस एकदम पुढे आला. त्याला पाहून मधुरा घाबरली. आधीच तिला फिट्स येत होत्या. त्यामुळे भीतीने तिला मूर्च्छा आली.

यात मुलखावेगळे काही नव्हते. पण शुद्धीवर आल्यावरचे तिचे ते शब्द– 'मारू नका– माझ्या आज्जीला मारू नका–' त्या उद्गारांचा अर्थ काय? तिच्या तोंडून हे शब्द का यावेत? ती काही तरी असंबद्ध बोलली असेल काय? का तिच्या या उद्गारांमागे काही तरी गुपित लपलेले आहे?

नंदाच्या प्रश्नाचे वसुंधरेने उत्तर दिले नाही. ती हातातला घास चिवडीत नंदाची नजर चुकवीत होती.

दोघींची दृष्टादृष्ट झाली, तेव्हा वसूचा चेहरा गोरा-मोरा झाला आहे, हे नंदाच्या लक्षात आले. ती विचारमग्न झाली.

जेवण आटोपल्यावर नंदा आपल्या खोलीकडे जायला निघाली. तेव्हा वसुंधरा तिला जवळ ओढून तिच्या गळ्यात हात घालीत म्हणाली,

"मला फार भय वाटतं, बाई, इथं. मामंजींचं भूत या बंगल्यात फिरत असतं, म्हणे! माझ्या काही दृष्टीला पडलं नाही ते कधी; पण मन उगीच धास्तावल्यासारखं होतं. तुला आग्रह करून मी घेऊन आले, ती रात्रंदिवस जिवाभावाच्या मैत्रिणीची मला सोबत हवी, म्हणून. माझ्याच दालनात झोपायचं हं तू!"

नंदा आश्चर्याने तिच्याकडे पाहू लागली.

तिच्या मनात आले,

किती तरी दिवसांनी वसुंधरा परतली आहे. देवदत्त तिच्या वाटेकडे डोळे लावून बसले असतील! विरहकालातल्या लहानसहान सुखदुःखांची देवाण-घेवाण करून त्यांना रात्र जागवायची असेल! असे असून वसुंधरा हा वेडा आग्रह आपल्याला का करीत आहे? वसुंधरेला येऊन इतका वेळ झाला, तरी ते इकडे फिरकले कसे नाहीत?

नंदाने चाचरत सूचक प्रश्न केला,

"देवदत्त परगावी गेलेत, वाटतं?"

"कुणाला ठाऊक!" वसुंधरा तुटकपणाने उद्गारली. लगेच, 'पार्वती, अग

पार्वती.' अशा हाका मारीत बाहेर गेली.

नंदा अधिकच बुचकळ्यात पडली.

मधुरेला फिट्स येतात, म्हणून तिची प्रकृती दाखवायला वसुंधरा मुंबईला गेली होती. मधुरा परत आली आहे, हे कळताच मुलीच्या मायेने देवदत्तांनी लगेच इकडे यायला नको होते का? असा काय लांब आहे त्यांचा बंगला? मधे फक्त एक बाग आहे. मघाशी आपण व्हरांड्यात उभ्या होतो, तेव्हा पार्वतीने आपल्याला त्यांचा बंगला दाखविला नाही का?

का वसू मुंबईला जाण्यापूर्वी नवरा-बायकोचं कडाक्याचं भांडण झालंय्? छे! आपली आक्का म्हणत असे– 'जशी लहानपणी बहिणीशी गट्टी-तुट्टी, तशी लग्न झाल्यावर नवऱ्याशी! श्रावणातल्या ऊन-पावसासारखा प्रेम आणि कलह यांचा पाठशिवणीचा खेळ सुरू असतो पतिपत्नींच्या जीवनात!' असला रुसवा-फुगवा काय इतके दिवस टिकतो?

वसुंधरा पार्वतीला व्हरांड्यात खुर्च्या टाकायला सांगून आली होती. दोघीही बाहेर गेल्या. मूकपणाने रात्रीचे गूढरम्य सौंदर्य पाहू लागल्या.

पावसाळा केव्हाच संपला होता. पण आज अचानक आभाळ काळ्या ढगांनी गच्च भरून गेले होते. लांब-रुंद कुरण मेंढ्यांनी गजबजून जावे, तसे, ढगांत लपलेल्या पावसाला शिवून धावत येणारा वारा शरीर रोमांचित करीत होता.

समोरच्या देवदत्तांच्या बंगल्यात गाणे-बजावणे सुरू असावे! वाद्यांचे मधुर, नाचरे सूर झोपी गेलेल्या बागेतल्या फुलांच्या कानांत कुर्रर करीत या बंगल्यापर्यंत येऊन पोहोचत होते.

त्या गोड सुरांनी नंदाच्या मनातली सहा वर्षांपूर्वीच्या संमेलनाची आठवण जागी केली.

वसुंधरेचा हात हातात घेऊन ती म्हणाली,

"कित्ती-कित्ती वर्षं झाली, ग, तुझं ते 'ओ सजना' ऐकून! फार ऐकावंसं वाटतंय् पुन्हा! ते ऐकावं, आणि या आकाशासारखं धुंद होऊन झोपी जावं–"

तिच्या हातातून आपला हात सोडवून घेत वसुंधरा थंडपणाने म्हणाली,

"गाणं म्हणावंसं वाटतच नाही, ग, आता! काय झालंय् मला, देव जाणे! सोनचाफ्याची फुलं मला कित्ती कित्ती आवडायची! तुम्ही मैत्रिणी हसत होता, तरी ती माळत असे मी! पण आता त्यांच्या वासानं मन धुंद होत नाही. लाल गुलाबाचं तर भयच वाटतं मला! त्याचा तो रंग पाहिला, म्हणजे रक्ताची आठवण होते– कुणा तरी मुक्या प्राण्याच्या रक्ताची!"

नंदाचे मन शेखरच्या दुःखद स्मृतींच्या पिंजऱ्यातून बाहेर पडले होते. मोकळ्या आकाशात ते उडू पाहत होते. त्या पाखराला आपले आवडते गाणे ऐकायचे होते.

ते लाडीक सूर मनात घोळवीत झोपी जायचे होते. स्वतःच्या या उल्लसित मनःस्थितीमुळे वसुंधरेचे बोलणे तिने मनावर घेतले नाही. उलट, ती तिला मोठ्या लाडिकपणाने म्हणाली,

"माणसाला सुखसुद्धा दुखतं, म्हणतात, ते खरं वाटायला लागलंय् मला तुझ्यावरनं! अग वेडे, देवानं एवढा गोड गळा दिलाय् तुला, तो काय असं कुढत बसायला?"

वसुंधरेने नंदाचे दोन्ही हात एकदम घट्ट धरले. तिच्या कापऱ्या हातांच्या स्पर्शाने नंदा स्तब्ध झाली. दाटलेल्या कंठाने वसुंधरा म्हणाली,

"या गळ्यानंच गळा कापला माझा, बाई! त्या तुझ्या आवडत्या गाण्यानंच! सहीसही लतासारखं म्हणायची मी ते! पण–"

एकदम तिने आपले हात नंदाच्या हातांतून सोडवून घेतले. दोन्ही हातांनी तोंड झाकून घेऊन ती मुकी झाली.

नंदाला तिच्या या बोलण्याचा अर्थ कळेना! कसले तरी मोठे दुःख ती आपल्यापासून लपवीत आहे, एवढी मात्र तिची खात्री झाली; पण दुःखी-कष्टी होण्यासारखे वसूच्या आयुष्यात काय घडले होते? दुपारी प्रवासात तिच्या लग्नाची हकीगत नंदाने ऐकली होती.

लहानपणीच पोरकी झालेली ही मुलगी. दिसायला सुरेख, गळा गोड, अभ्यासात मात्र गती नव्हती! मामाने हिला वाढवले, शिकवले, कॉलेजच्या पहिल्या वर्गात असतानाच पार्श्वगायिका म्हणून चमकण्याची संधी चालून आली. तिचे मामा तिला ज्या स्टूडिओत घेऊन जात होते, तिथे देवदत्त येत असत. ते तिच्या गाण्यावर खूश झाले. तिच्या रूपाने वेडावून गेले. हां हां म्हणता ती विलासपूरची जहागिरदारीण झाली. संस्थाने, जहागिऱ्या, इत्यादी गोष्टींना आता पूर्वीइतकी किंमत उरली नव्हती. पण ही पोरकी, गरीब मुलगी एका श्रीमंत घरची लक्ष्मी झाली. ज्याला भाग्य म्हणतात, ते यापेक्षा काय निराळे असते? सुदैवाने वसूची अशी पाठराखण केली असताना ही वेडी मुलगी त्यांच्याकडे पाठ फिरवून अशी का वागत आहे?

ही वेळ या प्रश्नाचे उत्तर शोधायची नाही, उलट वसूला धीर द्यायची आहे, हे नंदाच्या लक्षात आले. वसूच्या पाठीवरून बहिणीच्या मायेने हात फिरवीत ती म्हणाली,

"असं काय बरं करावं माणसानं, वसू? तू तर मधुरेपेक्षाही लहान झालीहेस! चल आत झोपायला."

वसुंधरेचा हात धरून तिने तिला आत नेले, तिच्या पलंगावर तिला हळुवारपणाने झोपवले. तिचे मस्तक थोपटीत ती काही वेळ बसली. प्रवासाचा शीण तिलाही जाणवत होता. थोड्या वेळाने ती उठली. समोरच्या आपल्या पलंगावर येऊन

पडली; पण तिला चटकन झोप लागली नाही. बाहेरच्या आभाळाप्रमाणे किती तरी प्रश्नांचे काळेकुट्ट ढग तिच्या मनातही जमले होते!

२०

नंदा जागी झाली, ती पाखरांच्या गोड किलबिलाटाने. एक-दोन मिनिटे तिचे मन गोंधळले. हा किलबिलाट आपण स्वप्नात तर ऐकत नाही ना, असे तिला वाटले. आळस देता-देता 'माई, चहा झाला का, ग?' हा प्रश्न अस्फुटपणे तिच्या मनात डोकावून गेला. पाखरांचा किलबिलाट आता अधिकच ऐकू येऊ लागला. त्यातली कावळ्यांची काव-कावसुद्धा या वेळी कर्कश वाटत नव्हती. जणू नाना प्रकारची पाखरे आपला मधुर वाद्यमेळ वाजवीत होती, आणि त्यात कावळ्यांचा उंच आवाज उठून दिसत होता!

आपण मुंबईत नसून विलासपुरात आहोत, हे आता तिच्या लक्षात आले. ती हसली.

समोरच्या पलंगावर सुंदर, निळसर मच्छरदाणीत वसुंधरा आणि मधुरा शांतपणे झोपल्या होत्या. त्यांच्याकडे तिने पाहिले. चोरपावलांनी ती बाहेर आली. तोंड धुऊन पार्वतीने दिलेला सुरेख, गरम चहा तिने घेतला. मग पाय मोकळे करण्याकरिता ती उठली.

बंगल्याच्या पायऱ्या उतरताच समोर जे दृश्य दिसले, त्यामुळे आपण विशाल सागराच्या तळाशी फिरणारी एखादी मत्स्यकन्या आहोत, असा भास तिला झाला,

वर, खाली, भोवताली, धुक्याचा समुद्र पसरला होता. नाजूक, रेशमी, निळसर, ओलसर धुके– तान्ह्या बाळाच्या कुरळ्या जावळासारखे! बाहेर रात्रभर पावसाची झिमझिम सुरू असावी. त्यामुळे हवेतला सुखद गारवा शरीराप्रमाणे मनालाही गुदगुल्या करीत होता.

नंदा आपल्या खोलीकडे परतली. स्वेटर घालून ती बागेत आली. या धुक्यात आपल्याबरोबर लपंडाव खेळायला दुसरे कुणी तरी हवे होते, असे तिला राहून-राहून वाटू लागले. बाळपणी आजोळी गेल्यावर नदीच्या पाण्यात उतरून ती आणि सुमित्रा एकमेकींच्या अंगांवर पाणी उडवीत असत. तसे हे धुके उडवून खेळावे, अशी इच्छा तिच्या मनात निर्माण झाली. या कल्पनेशी खेळता-खेळता तिला वाटले, निसर्ग माणसाच्या मनातल्या शैशवाला सदैव जागवीत असतो, हेच खरे!

त्या गार-गार, निळसर समुद्राच्या तळाशी फिरत-फिरत ती बागेतल्या वृक्षवेलींची आणि फळाफुलांची विचारपूस करू लागली.

कळ्या अजून उमलायच्या होत्या. समुद्राच्या तळाशी असलेल्या मोत्यांच्या शिंपल्याप्रमाणे त्या तिला वाटल्या. बागेच्या मध्यभागी एक सुंदर चबुतरा होता. एखाद्या शिरपेचाप्रमाणे एक चिमुकले कारंजे त्याच्यावर ऐटीत उभे होते. नंदा त्या चबुतऱ्यावर टेकली. एकदम तिला मिलिंदाची आठवण झाली. तो आता उठला असेल. मावशीला घरभर धुंडाळीत असेल!

घरच्या आठवणींनी तिचे मन काही क्षण हुरहुरले. लगेच निरोप घेताना तिने वाकून नमस्कार केला, तेव्हा तिच्या पाठीवरून वात्सल्याचे हात फिरवीत दादा जे बोलले होते, ते तिला आठवले–

'नंदा, इकडली काळजी करू नकोस, उगीच जुन्या आठवणींच्या खपल्या काढीत बसू नकोस. गेलं, ते गंगेला मिळालं. नव्या मित्र-मैत्रिणी जोड. सुखी हो. शेवटी आयुष्यात ज्याला त्याला आपापल्या पाउलवाटेनं पुढं जावं लागतं, हे क्षणभरही विसरू नकोस. त्या वाटेला नव्या वाटा फुटतात. जुन्या वाटा येऊन मिळतात. त्या सर्वांचं स्वागत कर. आषाढातल्या पावसासारखी, कोजागरीच्या चांदण्यासारखी त्यांच्यावर माया कर.'

दादांच्या बोलण्यातला शब्द-न्-शब्द नंदाने मनात साठवून ठेवला होता. वसू ही आपली बहीण आहे, मधुरा ही आपली भाची आहे, असे मानूनच ती इथे राहणार होती; पण तिच्या जिवाचे धागे अजून मुंबईतल्या घरकुलात गुंतले होते. किती वेळ तरी ती शरीराने विलासपुरातल्या त्या चबुतऱ्यावर, पण मनाने मुंबईतल्या आपल्या घरात भ्रमत राहिली.

२१

नंदा आपल्या तंद्रीतून जागी झाली. ती सोनेरी उन्हाच्या वत्सल स्पर्शाने. तिने भोवताली पाहिले.

एखाद्या विलक्षण स्वप्नासारखा तो धुक्याचा समुद्र कुठल्या कुठे नाहीसा झाला होता. दूर बागेच्या पूर्वेकडल्या कोपऱ्यात एक पिंपळ त्या सोनेरी उन्हाशी खेळत होता. त्याच्या पानांची सळसळ झऱ्याच्या झुळझुळीसारखी गोड वाटत होती.

तिने समोर पाहिले.

बागेच्या पलीकडे तीन-चार छोटे-मोठे सुंदर बंगले दिमाखात उभे होते. नाजूक उन्हात नाहत होते. देवदत्त तिथेच राहत असावेत. वसुंधरा उठेपर्यंत आपण त्या बंगल्यापर्यंत एक फेरी टाकावी, असे तिच्या मनात आले.

ती पहिल्या बंगल्यापाशी आली. एखाद्या सभागृहासारखी ती वास्तू तिला

वाटली. त्या बंगल्याचे दार उघडेच होते. आत माणसांची कसलीही जाग दिसत नव्हती. तिला नवल वाटले. दाराबाहेर स्टुलावर एक म्हातारा नोकर विडी ओढत होता.

बंगल्याच्या पायऱ्या चढून कुणी बाई येत आहे, असे पाहताच त्याने ती विडी फरशीवर झटपट विझविली, आणि पायजम्याच्या खिशात खुपसली. नंदा पुढे येताच त्याने तिला अदबीने सलाम केला. पाहुण्याबाईंना वहिनीसाहेबांच्या बंगल्याकडून येताना त्याने पाहिले होते. त्या कुणी तरी बड्या मेहमान असाव्यात, या कल्पनेनेच त्याने तो सलाम ठोकला होता.

''इथं कुणी राहत नाही का, आजोबा?'' नंदाने प्रश्न केला.

'आजोबा' या संबोधनाने म्हातारबुवा खूश झाले. त्यांच्या मुद्रेवर समाधान पसरले. त्यांनी उत्तर दिले,

''हतं लैब्ररी हाय् सरकारांची, ताईसाब.''

''लायब्ररी?'' नंदाच्या तोंडून आश्चर्ययुक्त उद्‌गार निघाला.

'विलासपुरात तुला बिलकूल कंटाळा येणार नाही,' असे सांगताना वसुंधरेने देवदत्तांच्या लायब्ररीचा उल्लेख केला होता, तो तिला आठवला. पण ती लायब्ररी एवढी मोठी असेल, असे तिला वाटले नव्हते. स्वभावतःच ती प्रतिभापूजक होती. त्यामुळे लायब्ररीच्या या दर्शनाने देवदत्तांविषयी तिच्या मनात अनुकूल ग्रह निर्माण झाला. सुंदर ग्रंथांच्या संगतीत अहोरात्र कंठणारा मनुष्य बुद्धिवान व संवेदनशील असला पाहिजे, ही तिची कल्पना थोडी-फार भाबडी होती; पण पुनः पुन्हा त्या वास्तूकडे कौतुकाने पाहताना तिच्या मनात ती तरळून गेली.

''आत जाऊ का मी?'' नंदाने नोकराला विचारले.

म्हाताऱ्याने हसत उत्तर दिले.

''आमांस्नी कुटं वाचाया येतंय्? तुमीच जाया होवं आत. सरकारस्वारी रातभर हतंच होती की!''

सरकारस्वारी? म्हणजे देवदत्त? वसुंधरेचे यजमान? ते पहाटेपर्यंत इथे होते! मग ते वसूला भेटायला का आले नाहीत? मधुरेची चौकशी करायला ते तिकडे फिरकलेसुद्धा नाहीत! असे का व्हावे?

लाकूड पोखरणाऱ्या भुंग्यासारखा हा प्रश्न नंदाचे मन तिला नकळत कुरतडू लागला.

मात्र आत पाऊल टाकताच ती चकित होऊन चोहोंकडे पाहू लागली.

त्या प्रशस्त दिवाणखान्याच्या चारी बाजूंना पुस्तकांनी भरलेल्या अलमाऱ्याच अलमाऱ्या दिसत होत्या. खेळण्यांनी भरलेल्या एखाद्या भल्या मोठ्या दुकानात गेलेल्या लहान मुलासारखी ती आनंदली. अच्छोद-सरोवर चंद्रापीडाच्या दृष्टीला

पडले, त्या प्रसंगाचे बाणभट्टाचे वर्णन तिला आठवले.

दिवाणखान्याच्या मध्यभागी येऊन ती पुन्हा सगळीकडे टकमक पाहू लागली. मग कपाटा-कपाटाशी जाऊन मोठ्या शिस्तीने लावून ठेवलेल्या नाना आकारांच्या आणि नाना विषयांच्या पुस्तकांचे निरीक्षण करायला तिने सुरुवात केली. प्रत्येक कपाटावर आत असलेल्या पुस्तकांची यादी सुवाच्य अक्षरात टांगली होती. सहज तिने एका कपाटावरली यादी वाचली. नाना प्रकारची रामायणे, महाभारताची विविध भाषांतरे, विवेकानंदांचे समग्र ग्रंथ– त्या यादीवरून नजर टाकताच देवदत्तांच्या वाचनाचा आवाका फार मोठा असला पाहिजे, अशी तिची खात्री झाली. इथे राहून आपल्या पीएच्.डी.चा अभ्यास सहज करता येईल, असा विचारही तिच्या मनात येऊन गेला.

तिने पुन्हा आपली नजर चोहोंकडे फिरवली.

एका कोपऱ्यात एक सुरेख गोल टेबल तिला दिसले. त्या टेबलापाशी दोन प्रशस्त आरामशीर खुर्च्या समोरासमोर टाकल्या होत्या. एखादे पुस्तक घ्यावे आणि इथल्या खुर्चीत स्वस्थ वाचीत पडावे, असे क्षणभर तिला वाटले.

लगेच वसुंधरेची उठायची वेळ झाली असेल, हा विचार तिच्या मनात आला, म्हणून ती दरवाजाकडे वळणार होती; पण त्या गोल टेबलावर पडलेली दोन पुस्तके तिला दुरून दिसली.

रात्रभर देवदत्त इथे होते. म्हणजे ते इथे वाचीत बसले होते, हे उघड होते. त्यांना निद्रानाशाचा विकार आहे, की काय? का दुसऱ्या कुठल्या तरी कारणाने त्यांना झोप येत नाही? मग काल रात्री इकडे गाणे-वाजवणे चालले होते, ते कुणासाठी?

रात्री देवदत्त ॲगाथा ख्रिस्ती, पेरी मॅसन यांच्या पुस्तकासारखे काही तरी वाचीत बसले असतील, असे तिच्या मनात येऊन गेले; पण जवळ येऊन तिने जे मोठे पुस्तक उचलले, ते होते 'उत्तररामचरित'.

ती चकित झाली.

म्हणजे? देवदत्तांच्या आणि आपल्या पुस्तकांच्या आवडी-निवडी एकच आहेत, की काय?

'उत्तररामचरिता'तली खूण बाहेर डोकावून पाहत होती. देवदत्त काय वाचीत होते, याविषयीचे तिचे कुतूहल बळावले. तिने ती खुणेची जागा उघडली. तिथे असलेला कागद नुसता खुणेकरिता ठेवला नव्हता. त्यावर वळणदार अक्षरांत काही मजकूर टिपला होता. ती तो वाचू लागली–

वसिष्ठांनी सीतेसारखी दिसणारी सोन्याची पुतळी करवून घेतली. सहधर्मचारिणी म्हणून त्या पुतळीला जवळ बसवून रामचंद्राने अश्वमेध यज्ञ साजरा केला. ती सोन्याची पुतळी उत्खनन करणारे संशोधक शोधून काढतील, तर आपल्या सध्याच्या सरकारला मोठी मदत होईल!

जाऊ दे! ही सारी थट्टा झाली! त्या सोन्याची किंमत किती, हा महत्त्वाचा प्रश्न नाही. त्या पुतळीमुळे यज्ञ यथासांग पार पडलाही असेल. कारण धर्मकृत्ये, यज्ञयाग वगैरे गोष्टी हे बोलून-चालून बाहेरचे देखावे! सध्याच्या सत्कारसमारंभांसारखे–मंत्र्यांच्या भाषणांसारखे! खरा प्रश्न एकच आहे–ती निर्जीव सुवर्णप्रतिमा रामाच्या शेजारी जेव्हा ठेवली गेली, तेव्हा त्याच्या अंतःकरणात कोणत्या भावनांचे कल्लोळ उठले असतील? जिचे कडकडून चुंबन घेता येत नाही, आपल्या हाताने जिची आसवे पुसता येत नाहीत, 'तुम्ही माझेच ना? माझेच ना? मी तुमची आहे. मी तुमचीच आहे!' असले अमृताने भरलेले शब्द जी कानांत कुजबुजू शकत नाही, अशी ती पिवळ्या दगडाची अचेतन पुतळी पाहून त्याचे अंतःकरण पिळवटून निघाले असेल! मला वाटते; तो यज्ञ सुरू असताना, त्या प्रत्येक रात्री हाडा-मांसाच्या सीतेची आठवण होऊन आणि वनवासातला स्वर्गसुखाचा प्रत्येक क्षण आठवून रामाने अश्रूंनी आपली उशी ओलीचिंब केली असेल! अरे हो, पंडितमंडळी यावर एक शंका काढतील, 'यज्ञातल्या यजमानाला गाद्या-गिरद्या-उशा घेऊन झोपता येतं का?'–कुणाला ठाऊक!

नंदा विचार करू लागली :

हे लेखन देवदत्तांचेच असावे! नाही तरी जहागिरदारांच्या या खासगी लायब्ररीत दुसरे कोण येणार? त्या मजकुराचा प्रारंभ आणि शेवट मधल्या भागापेक्षा निराळ्या प्रकारचा होता. जणू पहिली आणि शेवटची वाक्ये एका मिस्किल मनुष्याने लिहिली होती, आणि मधला भाग एका भावनाशील माणसाच्या हृदयातून उचंबळून आला होता. त्या मधल्या भागात लिहिणाराचे कसले तरी दुःख लपले असेल काय? मुक्या माराच्या वेदनेसारखे? का हा सारा केवळ कल्पनेचा विलास आहे?

'उत्तररामचरित' खाली ठेवून तिने दुसरे पुस्तक उचलले. ते होते 'हॅम्लेट.' नंदा चमकली. आपले आणि देवदत्तांचे पूर्वजन्मीचे काही नाते नाही ना, अशी कल्पना तिच्या मनात येऊन गेली. अलीकडे तीही 'हॅम्लेट'ची पारायणे करीत होती. तिने उचललेल्या 'हॅम्लेट'मध्येही एक खुणेचा कागद होता. ते पान तिने उघडले. पहिल्या अंकातला दुसरा प्रवेश होता तो. तीन-चार ओळींवर निळ्या पेन्सिलीने खुणा केल्या होत्या. हॅम्लेट म्हणत होता,

'नको, नको हा जीव! परमेश्वरा, या जगातल्या वस्तू-न्-वस्तूचा मला वीट आला आहे. धिक्कार असो या जगाला! जिच्यावर हात न फिरल्यामुळे जिकडे-तिकडे हवे तसे रान माजले आहे, अशा बागेप्रमाणे हे जग मला वाटू लागले आहे.'

त्या खुणेच्या जागी असलेल्या कागदावर लिहिले होते :

> या बागेची देखभाल करणारा कुणी माळी–यालाच काही लोक परमेश्वर म्हणतात–आहे, असे मी लहानपणापासून ऐकत आलो आहे; पण या उद्यानाचा चतुर्थ श्रेणीतला हा अधिकारी अजून मला कुठेच भेटला नाही. कदाचित वृद्धापकाळामुळे तो कुठल्या तरी धर्मार्थ रुग्णालयात दाखल झाला असेल. त्याला दीर्घ आयुरारोग्य लाभो, असे मी मनःपूर्वक इच्छितो; पण तो इस्पितळात असेपर्यंत या बेवारशी बागेचे काय करायचे? ती नीटनेटकी कुणी ठेवायची? तिच्यातले तण कुणी काढायचे? या प्रश्नांची उत्तरे–

मजकूर इथेच संपला होता.

नंदाने 'हॅम्लेट' मिटून टेबलावर ठेवले.

एका खुर्चीत बसून ती विचार करू लागली.

हे लिहिणाऱ्याची बुद्धी कुशाग्र असली पाहिजे. मनाचा कोमलपणाही त्याच्या ठिकाणी आहे. हे लेखन देवदत्तांचे असले, तर त्याचा आणि त्यांच्या वर्तनाचा संबंध कसा लावायचा? या गृहस्थाला काल रात्री वसूची आणि मधुरेची विचारपूस करायला पाच मिनिटांचीसुद्धा सवड मिळाली नाही!

२२

घड्याळाचे मंजूळ ठोके तिच्या कानांवर पडू लागले. तिने मान वर करून पाहिले. आठ वाजले होते. आपण वसूची कंपॅनिअन म्हणून इथे आलो, आणि पहिल्याच दिवशी रमत-गमत लायब्ररीत बसलो, हे बरे झाले नाही, असे तिच्या मनात आले.

ती लगबगीने उठली. झपझप चालू लागली. पण ती दाराजवळ येण्याच्या आतच घुंगरांचा मंजूळ आवाज तिच्या कानांवर पडला. जणू त्या ठिकाणी अदृश्य रूपाने असलेली सरस्वती आपल्या वीणेचे मधुर स्वर छेडू लागली होती. पैंजणांचा तो छुमछुमाट कुठून येतोय्, हे तिला कळेना!

दुसऱ्याच क्षणी तिला जे दृश्य दिसले, ते पाहून ती आनंदाने मोहरून गेली.

एका सुंदर हरिणाच्या गळ्यातल्या नाजूक घुंगरांचा तो गोड आवाज होता. ते हरिण इकडे-तिकडे पाहत हळूहळू आत येत होते. मात्र ते धावत नव्हते, उड्या मारीत नव्हते. लंगड्यासारखे चालत होते ते! नंदा उभी होती, तिकडे त्याचे लक्ष नव्हते. क्षितिजावर क्षण, अर्धा क्षण चमकत विजेने इकडून तिकडे जावे, तशी त्याची नजर भिरभिरत काही तरी शोधीत होती. जणू त्याच्याशी कुणी तरी लपंडाव खेळत आहे, आणि लपून बसलेल्या सवंगड्याला हुडकून काढण्याचा ते प्रयत्न करीत आहे!

ते आणखी थोडे पुढे आले, तेव्हा त्याचा एक पाय अधू आहे, हे नंदाच्या लक्षात आले. जीवनाची मूर्तिमंत अपूर्णताच त्या हरिणाच्या रूपाने आपल्यापुढे उभी राहिली आहे, असे क्षणभर तिला वाटले. लगेच तिचे खेळकर मन जागे झाले. तिने हरिण चार-दोनदा पाहिले होते, पण ते दुरून. त्याला कधी जवळ घेतले नव्हते, कुरवाळले नव्हते. त्याच्या निष्पाप दृष्टीत दृष्टी मिसळून आपले हितगूज त्याला कधी सांगितले नव्हते. शकुंतलेप्रमाणे त्याला कधी मायेने चारा दिला नव्हता.

तिच्या मनात आले, हळूच पुढे जाऊन त्याला बिलगावे आणि त्याच्या गालाला गाल घाशीत त्याच्या कानात कुजबुजावे,

'देवानं तुला केव्हा निर्माण केलं, रे? वाघ-सिंहांच्या आधी, की त्यांच्यानंतर? तुझी मूर्ती घडविल्यानंतर त्या क्रूर प्राण्यांच्या प्रतिमा तयार करायला त्याचे हात धजले तरी कसे? का त्या साऱ्या क्रूरपणावर उतारा म्हणून त्याने ही कोमलता निर्माण केली आहे?'

नंदा हळूच चार-पाच पावले पुढे झाली. इतक्यात त्या हरिणाची दृष्टी तिच्याकडे वळली. परके माणूस पाहताच ते बिचकले. पळून जाण्याकरिता ते माघारी वळले; पण अगदी सावकाश. अधू पायामुळे त्याला पळता येत नव्हते. त्याला पकडणे कठीण नाही, असे वाटून नंदा पुढे झाली, तोच 'चंचल, चंचल,' अशी गोड हाक बाहेरून आली. कान टवकारून चंचलने ती ऐकली. मान वळवून प्रसन्न मुद्रेने येणाऱ्या माणसाकडे ती पाहू लागली.

हाक मारणारी व्यक्ती पुढल्याच क्षणी आत आली.

उंच, सुदृढ, गोरापान असा तरुण होता तो. त्याच्या मस्तकावरले विपुल केस विसकटले होते; पण त्याचे भव्य कपाळ आणि भेदक डोळे त्या केसांच्या महिरपीमुळे खुलून दिसत होते.

आत आलेल्या त्या तरुणाने वाकून चंचलला कुरवाळीत म्हटले,

"बेटी, मला सोडून पळून जायचा बेत चाललाय्, वाटतं? इथं करमत नाही? राना-वनाची आठवण होतेय्! पण एक विसरू नकोस, पोरी? या जगात देवदत्ताला खरे मित्र दोनच आहेत–एक तू, नि दुसरा मृत्यू!"

एखाद्या लहान मुलीने बाहुलीशी हितगूज करावे, तसा चंचलशी तो बोलत होता. आपले उद्गार कुणी ऐकत असेल, याची त्याला कल्पनाच नव्हती!

आपले अस्तित्व त्याला कसे जाणवावे, हे नंदाला कळेना. मात्र चुकून जे तिच्या कानांवर पडले, ते मोठे विचित्र होते! एकाकी आत्म्याचा तो मूक आक्रोश होता! त्याला न कळत तो ऐकणे हा गुन्हा होता.

आपले अस्तित्व देवदत्ताच्या लक्षात आणून देणे जरूर आहे, असे वाटून तिने हाक मारली,

''चंचल, चंचल–''

चंचल चमकली. तिच्याकडे वळून पाहत ती देवदत्ताला अधिकच बिलगली.

नंदाचे शब्द कानांवर येताच देवदत्तही दचकला. किंचित पुढे येऊन तिच्याकडे पाहू लागला. पाच-दहा क्षण काय बोलावे, हे त्याला सुचेना. पण लगेच त्याची विनोदबुद्धी जागृत झाली. त्याने गंभीरपणाने तिला विचारले,

''आपण कोण? 'हॅम्लेट'मधील ऑफेलिया, की 'उत्तररामा'तली सीता? अमर ग्रंथांतल्या नायिका पुस्तकांबरोबर पडून आपल्या चाहत्यांना भेट देतात, हा अनुभव अगदी नवीन आहे मला!''

भावनांच्या भिन्न-भिन्न छटांनी नंदाचे मन भरून गेले. संकोचाने ती खाली पाहू लागली.

देवदत्त तिच्या अगदी जवळ आला आणि म्हणाला,

''माफ करा हं! थट्टा करायचा मोह कधीच आवरत नाही मला! तसा कुठलाच मोह मला आवरत नाही, म्हणा! फार दुबळा माणूस आहे मी! संयम हा शब्दच देवदत्ताच्या कोशात नाही, असं माझे मित्र नेहमी म्हणतात. तुम्ही कोण आहात, हे मी तर्कानं ताडायला हवं होतं.''

त्याच्या मनमोकळ्या बोलण्याने नंदाचा संकोच मावळला. त्याच्याकडे स्निग्ध दृष्टीने पाहत मिस्किल स्वराने तिने प्रश्न केला,

''कोण आहे मी?''

''वकील!''

''वकील?''

''हो, आमच्या राणीसरकारांचे वकील! मात्र तुम्ही आमचीसुद्धा चांगली वकिली कराल!''

''ती कशी? मी तर तुम्हांला पहिल्यांदाच पाहतेय् आज!''

''पण मला तुमची सारी माहिती आहे. वसूबरोबर आलात तुम्ही काल रात्री– तिची मैत्रीण, म्हणून. तुमचं नाव नंदाताई.''

देवदत्ताला ही माहिती कुठून मिळाली असावी, हे नंदाला कळेना. ती कोड्यात

पडली. तेव्हा देवदत्त हसत म्हणाला,

"मी काही मनकवडा नाही हं! अहो, असली साधी माहिती मिळवणं ही काही मोठी कठीण गोष्ट नाही. वसूचे गुप्त हेर जसे आमच्या दरबारात आहेत, तसे आमचे गुप्त हेर तिच्या अंतःपुरात आहेत!''

त्याचे हे शब्द ऐकताच नंदाचा चेहरा गोरामोरा झाला.

देवदत्ताच्या ते लक्षात आले. हात जोडीत तो म्हणाला,

"माफ करा हं, नंदाताई. तुम्हांला गुप्त हेर म्हटलं नाही मी. तुम्ही आलाय् काल रात्री. इथल्या राजकारणात अजून मुरायच्या आहात तुम्ही. तुमचं नाव मला कसं कळलं, सांगू का? वसूच्या दिमतीला ती पार्वती आहे ना, तिचा नवरा गंगाराम हा माझा ड्रायव्हर आहे. रात्री बायकोनं नवऱ्याला जी बातमी दिली, ती नवऱ्यानं सकाळी धन्याकडे पोहोचती केली!''

२३

देवदत्त बोलत असताना नंदा क्षणोक्षणी मनात म्हणत होती :

वसूला असा उमदा, देखणा, रसिक आणि श्रीमंत पती मिळाला असून, या दोघांमध्ये एक भयानक दरी पसरल्यासारखे, आल्यापासून आपल्याला का जाणवत आहे? रात्री 'ओ सजना' हे गाणे आपण म्हणायला सांगितले, तेव्हा 'त्या गाण्यानंच माझा गळा कापला!' असे उद्गार वसूने का काढले? ते गाणे ऐकूनच देवदत्तांचे मन तिच्याकडे ओढ घेऊ लागले असेल ना? या पति-पत्नींमधल्या दुराव्याचे कारण काहीही असो, आपण या दोन्ही तीरांना जोडणारा पूल व्हायला हवे? चूक वसूची असेल, तर? ती आपली मैत्रीण आहे. तिला आपल्याला समजावून सांगता येईल. चूक देवदत्तांची असेल, तर! हॅम्लेट आणि उत्तररामचरित यांच्यावर इतके प्रेम करणारा मनुष्य, एका निरागस पाडसाशी शकुंतलेसारखे अंतरीचे हितगूज सांगणारा पुरुष, पत्नीच्या बाबतीत झालेली चूक दुरुस्त करायला तयार होणार नाही? तिचे दुःख जाणणार नाही? स्वतःचे कर्तव्य ओळखणार नाही? छे! असे होणार नाही. या दोघांमधून विस्तव न जाण्याचे कारण काहीही असो, ते शोधून काढायला हवे– नाहीसे करायला हवे!

बोलता-बोलता नंदा आणि देवदत्त गोल टेबलाजवळ आले होते.

देवदत्ताने एक खुर्ची नंदाकडे सरकविली.

दोघेही खुर्च्यांत बसली. आपल्या पायांपाशी बसलेल्या चंचलला कुरवाळीत देवदत्त म्हणाला,

''चंचलचा एक पाय अधू आहे. माझाच पराक्रम आहे हा! या चंचलसाठी आज मी जीव टाकायला तयार आहे; पण एक दिवस असा होता की, त्या दिवशी हा कोवळा जीव माझ्या खिजगणतीतही नव्हता. हरिणाची शिकार करून त्याचं लुसलुशीत मांस खायचे मांडे मी मनात केले होते.''

''म्हणजे?'' सभय स्वराने नंदाने विचारले.

''अरे, हो, तुम्हांला सांगायचं राहिलंच की! मला वाटलं, वसूनं माझं सारं गुणवर्णन तुमच्यापाशी केलं असेल! शिकारीचा भयंकर शौक आहे मला. चंदनगडच्या पलीकडच्या जंगलात नेहमी शिकारीला जातो मी. जातो, म्हणजे जात असे... वाघसुद्धा आढळतात त्या जंगलात. असाच गेलो होतो एके दिवशी शिकारीला. माझी चाहूल लागताच या चंचलची आई जिवाच्या भीतीनं पळू लागली. ही पोरगी फार लहान होती. ही घाबरली–गोंधळली. हिला आईबरोबर पळता येईना. हिचा पाय खळग्यात पडून मुरगळला. ही खाली पडली. मी बंदुकीचा नेम धरला. पण त्याच वेळी या पोरटीनं मागं वळून पाहिलं. एका क्षणात माझ्या शिकारीचा कैफ उतरला. त्या कैफाची जागा करुणेनं घेतली. लंगड्या चंचलला घेऊन मी परतलो. ज्या वेळी मिटक्या मारीत हिचं मांस खायचं मी ठरवलं होतं, त्या वेळी हिचं मस्तक मांडीवर घेऊन मी थोपटीत होतो, पशुवैद्य हिच्या पायावर उपचार करीत होते.''

चंचलची ही कथा ऐकताना देवदत्तांच्या स्वभावात लोकविलक्षण उत्कटता आहे, हे नंदाच्या लक्षात आले. न-कळत ऑथेल्लो आणि लिअर तिच्या डोळ्यांपुढून तरळून गेले. टेबलावर पडलेल्या 'हॅम्लेट'कडे तिचे लक्ष गेले, ते तिला जाणवलेल्या या साम्यामुळेच. सहज विचारल्यासारखे करीत ती म्हणाली,

''रात्री बसला होता, वाटतं, इथं तुम्ही?''

''रात्री? अं हं, रात्रभर! हल्ली मन फार बेचैन झालं, की मी कुठं तरी दूर निघून जातो, नाही तर पुस्तकांच्या या बागेत येऊन बसतो! पण काही काही वेळा ही बागसुद्धा स्मशानासारखी वाटायला लागते!''

बोलता बोलता– देवदत्त हसू लागला.

त्याचे हे हसणे मोठे विचित्र वाटले नंदाला. वेड्यासारखे!

पुस्तकांवर देवदत्तांची अपार भक्ती आहे. मग या स्मशानाची कल्पना त्याच्या मनात का यावी?

काही केल्या हे कोडे तिला सुटेना! रुष्ट स्वरात ती म्हणाली,

''हे सरस्वतीचं मंदिर आहे; स्मशान नव्हे.''

देवदत्त पुन्हा चमत्कारिकपणे हसला. मग एकदम गंभीर होऊन तो म्हणाला,

''पुस्तकांचं जग सुंदर असतं, यात शंका नाही; पण खरीखुरी सुखदुःखं भोगताना पुस्तकी मलमपट्ट्यांचा काही उपयोग होत नाही. अशा वेळी हवा असतो

मायेचा स्पर्श–आतून उचंबळून येणाऱ्या आपुलकीचा आधार. गरम पाण्याचे झरे असतात ना, तशी असते ही माया.''

बोलता-बोलता तो एकदम थांबला. मग तो हसत नंदाला म्हणाला,

''माफ करा हं. बोलताना भान राहत नाही मला! मनात जे खदखदत असतं, ते उसळून बाहेर पडतं! मी तरी काय करू? या जगात जिथं जावं, तिथं मुखवटे भेटतात! त्यामुळं सत्याची आणि आपली कधी तोंडओळखच होत नाही. माणसांच्या मुखवट्यांची या सोंगाढोंगांची चीड येते मला. नंदाताई, हे जग जसं दिसतं, तसं आहे, असं मानून जो चालतो, त्याला पावलो-पावली ठेचा लागतात. त्याची सारी बोटं रक्तबंबाळ होतात. म्हणून सांगतो तुम्हांला. या जगांत सज्जनांचा विजय होतो, तो फक्त या कपाटातल्या नाटकांत नि कादंबऱ्यांत. या सरस्वतीच्या मंदिरातनं बाहेरच्या पैशाच्या, प्रेमाच्या, कीर्तीच्या आणि सत्तेच्या बाजारात जाऊन बघा. म्हणजे तिथं सज्जन कसे सुळावर जातात, हे तुम्हांला दिसेल. हे सारे कवी शुद्ध, निर्मळ दांपत्यप्रेमाचे गोडवे गातात; पण पृथ्वीवर उतरणाऱ्या प्रत्येक रात्रीला किती भयानक प्रकारचे व्यभिचार पाहावे लागतात, ते तिलाच विचारा. नंदाताई, या जगावर सत्ता चालते, ती अंध, आसुरी वासनेची. डोळस, दैवी भावनेची नाही.''

टेबलावरले 'हॅम्लेट' उचलीत तो मोठ्या उल्हासाने उद्गारला,

''या सरस्वतीच्या मंदिरातल्या बड्या-बड्या मंडळींत सत्य सांगण्याचा प्रयत्न करणारा एखादा मनुष्य अधून-मधून मिळतो. हा शेक्सपिअर असा एक दुर्मीळ सद्गृहस्थ आहे.''

''मलासुद्धा शेक्सपिअर फार आवडतो.'' नंदा बोलून गेली.

''मग आपल्या मैत्रीवर शेक्सपिअरनंच शिक्कामोर्तब केलं, म्हणायचं! क्रूर सत्याच्या नजरेला नजर देण्याचं धैर्य तुमच्या-माझ्या या जानी दोस्तात आहे. बाकीचे लेखक, 'आई, थोर तुझे उपकार' म्हणून गळा काढण्यात आनंद मानतात! पण जन्म देणारी आई मुलाचा जीव घेणारी वैरीण कशी होते, हे सांगण्याचं धैर्य फक्त 'हॅम्लेट' लिहिणाऱ्या या शूर साहित्यिकानंच दाखवलं आहे.''

बंदुकीतून गोळ्यांमागून गोळ्या सुटाव्यात, तसा तो बोलत होता. त्याचे बोलणे ऐकताना नंदाला दासबाबूंची पुनःपुन्हा आठवण होत होती. बोलायला लागले, म्हणजे ते असेच बोलत राहायचे. पूर आलेल्या ओढ्यासारखे!

देवदत्ताचे हे सारे बोलणे ऐकताना तिचे मन एका बाजूने जसे प्रफुल्लित होत होते, तसे दुसऱ्या बाजूने ते भयभीतही झाले होते. विजेच्या दिव्यांचा प्रकाश असलेल्या, पण कधीही न संपणाऱ्या बोगद्यातून आपण जात आहोत, असे तिला सारखे वाटत होते. तिने हळूच प्रश्न केला,

''थोडं विचारू का?''

“थोडं? अं हं. हे थोडंबिडं आपल्याला मंजूर नाही. माणसानं कुठल्याही गोष्टीत कद्रू होऊ नये. मग ती गोष्ट कुणाकरिता जीव द्यायची असो, नाही तर स्वतःचा जीव घ्यायची असो!”

देवदत्ताच्या या शेवटल्या शब्दांनी नंदाचे अंग शहारले. त्याच्या या मुलखावेगळ्या बोलण्यात वेडाची छटा नाही ना, अशी शंका तिच्या मनात आली. त्याला थोडे छेडल्याशिवाय तिचे निरसन होणे शक्य नव्हते. म्हणून तिने हसत-हसत त्याला चिमटा घेतला,

“तुम्ही या सरस्वतीमंदिराला स्मशान म्हणता; पण काल रात्रभर तुम्ही या स्मशानातच बसला होतात! ते का?”

तिच्या बोलण्याचा त्याला राग आला नाही. तो शांतपणाने उत्तरला,

“कालची रात्र मी काढणार होतो गाण्याच्या धुंदीत; पण आमच्या दोस्तांनी जी गाणारी पोरगी आणली, तिच्या गळ्याची धुंदी मला काही केल्या चढेना! म्हणून बैठकीतनं मी हळूच उठलो–”

पायांशी बसून पेंगणाऱ्या चंचलचे तोंड वर करीत देवदत्ताने विचारले,

“सच है, बेटी?”

मग तो नंदाकडे वळून म्हणाला,

“ही तेवढी माझ्याबरोबर इथं आली. या दुःखानं भरलेल्या जगात मनुष्य सुखानं जगू शकतो, तो फक्त दोन मार्गांनी. सर्व संवेदना मारून, मनानं बधिर होऊन, हिंस्र पशूसारखं जगणं हा झाला पहिला मार्ग. या तऱ्हेनं जगण्याचा मी प्रयत्न केला; पण मला त्यात यश आलं नाही. जगण्याचा दुसरा पंथ आहे, कुठल्या तरी धुंदीत जीवनाचा क्षण नि क्षण वेचण्याचा. मग ती धुंदी शिकारीची असो, संगीताची असो, साहित्याची असो, मदिरेची असो, नाही तर मदिराक्षीची असो.”

बोलता-बोलता तो थांबला आणि म्हणाला,

“पाहिलंत? हे माझं तारू असं भरकटतं. गाणं सोडून मी रात्रभर इथं वाचीत बसलो होतो. ते का, हे सांगू? या स्मशानात, शंकरासारखा मी रमतो, म्हणून!”

किंचित हसल्यासारखे करीत तो पुढे म्हणाला,

“माफ करा हं मला. एका वेड्याची बडबड म्हणून हे सारं बोलणं विसरून जा. या जगात ढोंगं-सोंगं इतकी माजली आहेत, की खोट्या सभ्यतेचं नाटक करून माझ्यासारख्यानं त्यात भर घालायची काही गरज नाही. एखादे वेळी हे सारं असह्य होतं. वाटतं, या चंचलवर जिनं नेम धरला होता, ती बंदूक घ्यावी–हेमिंग्वे मला फार आवडतो!”

बोलता-बोलता तो चंचलशी खेळू लागला. त्याने तिला हसत विचारले,

“सच है, बेटी?”

त्याच्या शेवटल्या शब्दांनी नंदा अस्वस्थ झाली. देवदत्ताच्या मनात कसले तरी भयंकर वादळ घोंगावत आहे, आणि त्याचे भयानक प्रतिध्वनी शब्दांच्या द्वारे आपल्याला ऐकू येत आहेत, असे तिला वाटले. ती घाई-घाईने उठत म्हणाली,

"नऊ वाजायला आले. वसू उठली असेल. आपल्या परवानगीवाचून मी इथं आले, ओळखदेख नसताना बरोबरीच्या नात्यानं बोलले, याबद्दल मला क्षमा करावी आपण!"

खुर्चीतून उठत देवदत्त म्हणाला,

"खरं म्हणजे, मीच क्षमा मागायला हवी तुमची. फार जुनी ओळख असल्यासारखी मी जीभ सैल सोडली तुमच्यापुढं! तुम्हांला चहा विचारायचीदेखील शुद्ध राहिली नाही मला. मात्र एक लक्षात ठेवा—मी कडवटपणानं, हे स्मशान आहे, असं मघाशी म्हटलं; पण ते खरं नाही. हे नंदनवन आहे. मला कुठलंही पुस्तक केव्हाही वाचायची लहर येते. म्हणून कपाटांना कुलपं घातलेली नाहीत. हवं, तेव्हा इथं येत चला. आवडतील, ती पुस्तकं वाचायला घेऊन जा. चहा लागला, तर बाहेरच्या नोकराला सांगा. पुन्हा केव्हा गाठ पडली आपली, तर खूप-खूप बोलू."

नंदाला पोहोचविण्याकरिता देवदत्त दारापर्यंत आला.

त्याला नमस्कार करून ती पायऱ्या उतरणार, तोच त्याने विचारले,

"मधुरा बरी आहे ना?"

तो हा प्रश्न करील, अशी नंदाची कल्पना नव्हती! त्याच्याशी बोलताना या जगात कशावरही त्याची श्रद्धा उरलेली नाही, कोणत्याही संवेदनेने त्याचे मन थरथरत नाही, एखाद्या शस्त्रवैद्याप्रमाणे शांत चित्ताने प्रत्येक अनुभवाची चिरफाड करण्याचे कसब तेवढे त्याने साध्य केले आहे, अशी तिची समजूत झाली होती; पण आताचा प्रश्न विचारताना त्याच्या आवाजातला कंप तिला जाणवला. त्याच्या हृदयाचे हे दर्शन तिला मोठे मनोज्ञ वाटले.

ती हसत उत्तरली,

"काल प्रवासात तिला एकदा फिट आली होती. पण रात्री छान झोप लागली तिला. मघाशी मी आले, तेव्हा झोपली होती ती! नाही तर घेऊनच आले असते तिला."

आपले शेवटचे शब्द ऐकताना देवदत्ताने नकळत आभाळाकडे डोळे वळविले व एक लहानसा सुस्कारा सोडला, असा तिला भास झाला.

२४

बंगल्याच्या पायऱ्यांवरच नंदाला पार्वती भेटली. वसुंधरा अजून उठली नाही, हे तिच्याकडून कळले, तेव्हा तिला मोठे नवल वाटले. तिच्या मनात आले, कदाचित कालच्या प्रवासाच्या दगदगीमुळे जागी होऊनही ती अंथरुणात पडून राहिली असेल. नाही तरी श्रीमंतांची घड्याळे शोभेपुरतीच असतात!

पाऊल न वाजविता नंदा शयनगृहात गेली. वसुंधरेच्या पलंगापाशी जाऊन उभी राहिली.

मधुरेसाठी मुंबईवरून आणलेली बाहुली टकमक बघत वसूच्या कुशीत विसावली होती. स्वतःशीच खेळत पडलेल्या एखाद्या बाळासारखी.

ती बाहुली पाहून नंदाला हसू आले. वसूच्या या नादिष्टपणाचा अर्थ काय करायचा? तिला मुलांची फार हौस आहे का? की—

नऊ वाजून गेले, तरी वसुंधरा गाढ झोपली होती. मात्र तिचे मिटलेले डोळे किंचित सुजल्यासारखे दिसत होते. म्हणजे? वसू रात्रभर मनातल्या मनात कुढत आणि रडत बसली होती, की काय?

वसूच्या उशालगतच्या टेबलाकडे नंदाची दृष्टी गेली. कसली तरी औषधाची बाटली दिसत होती तिथे टेबलाजवळ जाऊन नंदाने ती पाहिली. झोपेच्या गोळ्यांची बाटली होती ती! नंदा मनात चरकली.

देवदत्तांचे मघाचे उद्गारही तिला आठवले. किती विचित्र होते ते! 'मनुष्य सुखानं जगू शकतो, तो धुंदीत. मग ती धुंदी कसलीही असो!' त्या उद्गारांचा आणि या झोपेच्या गोळ्यांचा काही संबंध असेल का? ही दोघे असे एकाकी, दुःखी जिणे का जगत आहेत?

२५

सारा दिवस नंदा नकळत देवदत्ताविषयी विचार करीत राहिली. मध्येच एक विचित्र कल्पना एका हाताने गुदगुल्या करीत आणि दुसऱ्या हाताने चिमटे काढीत तिच्या मनाशी खेळू लागली— शेखरच्या आधी देवदत्त आपल्या आयुष्यात आला असता, तर? या कल्पनेचा तिला राग येत होता. पण तिला बाहेर ढकलून मनाची दारे बंद करून घेण्याचे सामर्थ्य तिच्या अंगी नव्हते. देवदत्ताविषयी, या पहिल्या भेटीतच, इतकी आपुलकी आपल्या मनात का निर्माण व्हावी? तो दुःखी आहे, म्हणून? एका बुद्धिमान तरुणाविषयीची ही करुणा आहे, की—

आपल्या वेड्या मनाचा तिला राग आला.

२६

हां हां म्हणता नंदाची मधुरेशी गट्टी जमली. पोर तशी लाघवी होती; 'मावशी मावशी,' करीत ती नंदाभोवती दिवसभर पिंगा घालू लागली. नाना प्रकारच्या बालसुलभ शंका विचारू लागली. 'लाल कांद्याचा पांढरा कांदा कसा होतो?' या तिच्या प्रश्नाने तर नंदाला निरुत्तर केले. लगेच 'नापास-नापास–' असे म्हणत मधुरा आपल्या नाजूक हातांनी टाळ्या पिटू लागली. ते दृश्य इतके लोभसवाणे होते की, तिचा पापा घेण्याकरिता नंदाने तिला जवळ ओढले. मधुरेने तो लगेच पुसून काढला. फुरंगटून ती म्हणाली, 'आम्ही काय आता लहान आहोत पापा घ्यायला?'

तिचे ते तांबड्या कांद्याचे कोडे दुसऱ्या दिवशी उलगडले. एरवी उशिरा उठणारी मधुरा सूर्योदयाच्या आधीच जागी झाली. नंदाचा हात धरून ओढीत तिने तिला बागेत आणले. पूर्वेकडे दिसणाऱ्या तांबड्या लाल सूर्यबिंबाकडे बोट दाखवीत ती म्हणाली,

''मावशी, तो बघ तांबडा कांदा.''

मग तशीच टक लावून बघत ती उभी राहिली.

थोड्या वेळाने ते बिंब पांढरे-शुभ्र झाले.

लगेच मधुरा उद्गारली,

''कांदा पांढरा झाला– कांदा पांढरा झाला!''

मधुरेच्या कल्पनेचे हे स्वैर नर्तन रात्रंदिवस चालू असे. एके दिवशी तिने नंदाला विचारले,

''आभाळाच्या झाडाचं मूळ कुठं असत, ग, मावशी?''

नंदाने तिला शरणचिठ्ठी दिली.

या पाच वर्षांच्या चिमुरडीला आभाळ झाडासारखे का वाटावे, हे काही केल्या तिच्या लक्षात येईना.

एक-दोन दिवस असेच गेले.

तिसऱ्या दिवशी रात्र झाल्यावर मधुरा नंदाला घेऊन बागेत गेली. वर चमचमणाऱ्या चांदण्यांकडे बोट दाखवीत ती म्हणाली,

''मावशी, आभाळाच्या झाडावरली ही फुलं बघ.''

मग बागेतल्या प्राजक्ताकडे बोट दाखवून ती म्हणाली,

''हे झाड हलवलं, म्हणजे कित्ती कित्ती फुलं खाली पडतात. आभाळाचं हे

झाड हलव की तू! म्हणजे खूप खूप चांदण्या खाली पडतील. मग त्या घेऊन मी खेळत बसेन!''

तिचे हे बोलणे ऐकून नंदाला आठवण झाली, ती देवदत्ताची!

मधुरा इतकी हुशार होती; पण ठोकळ्यांचा बंगला करायला बसवले की, तिचा हा सारा तल्लखपणा नाहीसा होई. कुठला तरी ठोकळा भलत्याच ठिकाणी ती ठेवायची! नंदाने तिला तीन-चारदा नीट बंगला रचून दाखविला; पण त्याचा काही उपयोग झाला नाही! असे का होते, हे शोधून काढण्यासाठी नंदा तिच्या खनपटीला बसली. तेव्हा मधुरा म्हणाली,

''मी नाही बांधणार बंगला! तो बांधला, तर राक्षस राहायला येईल त्यात!''

तिच्या त्या विचित्र बोलण्याचा अर्थ नंदाला तीन-चार दिवसांनी कळला.

ती रोज उजाडताच उठे. चहा घेऊन लायब्ररीत जाई. पूर्वी न पाहिलेली पुस्तके चाळीत बसे. एखादे-दुसरे वाचायला घेऊन येई.

एके दिवशी ती जरा उशिरा उठली. चहा घेऊन लायब्ररीकडे निघाली. याच वेळी मधुरा जागी होऊन व्हरांड्यात आली होती. नंदा कुठे जात आहे, हे दिसताच ती ओरडली,

''मावशी, मावशी, तिकडे जाऊ नकोस.''

नंदा एकदम थांबली.

मधुरा धावत-धावत तिच्याजवळ आली, आणि भयभीत दृष्टीने इकडे तिकडे पाहत म्हणाली,

''तिकडे जाऊ नकोस, मावशी.''

''का, ग?''

''एक राक्षस राहतो तिथं. तो ठार मारून टाकील तुला– बंदुकीनं.''

मधुरेच्या स्वैर कल्पनेचे हे नवे उड्डाण असावे, असे वाटून नंदाने हसत विचारले,

''त्या राक्षसाचं नाव काय, ठाऊक आहे का तुला?''

मधुरेने होकारार्थी मान हलविली; पण तिच्या तोंडातून शब्द फुटेना. तिच्या हातांना कंप सुटला. मुद्रा एकदम पांढरी फटक झाली. नंदाच्या हातातला तिचा हात घामेजला. विलासपूरला आल्यापासून तिला फिट आली नव्हती. ही फिट येण्याची पूर्वचिन्हे आहेत, हे ओळखून नंदा तिला उचलून आत नेणार होती; पण मधुरेच्या हातांचा कंप हळूहळू थांबला. तिचा चेहरा थोडा उजळला. नंदाला वाकवून तिच्या कानात कुजबुजत ती म्हणाली,

''कुणाला सांगू नकोस हं, मावशी. त्या राक्षसाचं नाव आहे भाईसाहेब.''

''भाईसाहेब? भाईसाहेब कोण?''

''माझे बाबा. आई देवदत्त म्हणते त्यांना!''

२७

रात्री अंथरुणावर पडल्यावर नंदा मधुरेच्या या उद्‌गारांचा विचार करू लागली. देवदत्तांना राक्षस म्हणायला कोणी शिकवले? वसुंधरेने? का? तिने असे भोगले आहे तरी काय?

वसुंधरेच्या विचित्र वागणुकीमुळे या प्रश्नांची उत्तरे मिळणेही शक्य नव्हते. विलासपूरला गेल्यावर आपण दोघी मनमोकळेपणाने गप्पागोष्टी करू, सकाळ-संध्याकाळ फिरायला जाऊ, चंदनगडची सहल करू, असे वसुंधरा मुंबईत म्हणाली होती; पण इथे आल्यावर मुंबईतली वसू पार बदलून गेली होती. एखाद्या जादुगाराने माणसाचा दगडी पुतळा करावा, तशी! ती नऊ वाजता उठे. उदास मुद्रेने, जड पावलांनी आणि अबोलपणाने तिचा सारा कार्यक्रम सुरू होई. चहाच्या व जेवणा-खाण्याच्या वेळा सोडल्या, तर सारा दिवस वरच्या छताकडे टक लावून पाहत ती पलंगावर पडून राही.

"तुला बरं वाटत नाही का? काही वाचून दाखवू?" असे नंदा अधून-मधून मोठ्या मायेने विचारी.

कपाळाला आठी घालून वसुंधरा उत्तर देई,

"पुस्तक बघितलं, की माझ्या तळपायाची आग मस्तकाला जाते. सारी, मेली, खोटारडी! त्यातलं प्रेम खोटं, सुख खोटं, सारं सारं सिनेमासारखं खोटं! 'शाकुंतल' लिहिणारा तो कालिदास मला भेटायला हवा एकदा! त्याला असा फैलावर घेणार आहे मी!"

वसूचे असले बोलणे ऐकले की, तिच्या विचित्र वागणुकीचे कोडे अधिकच गुंतागुंतीचे होई. श्रीमंतांच्या घरी कान असून ऐकायचे नसते आणि डोळे असून पाहायचे नसते, आणि तोंड असून बोलायचे नसते, हे नंदा जाणत होती. भोवताली वावरणाऱ्या नोकरा-चाकरांशी ती कामापुरतेच बोले. त्यांच्या आपापसांतल्या कुजबुजीकडे ती सहसा लक्ष देत नसे. मात्र या अलिप्तपणातूनही जे काही तिच्या कानी पडे, त्यामुळे देवदत्त आणि वसुंधरा यांच्यांतल्या दुराव्यासंबंधी तिच्या मनाचा अधिकच गोंधळ होई. गालिचा विणायला बसावे आणि गोधडी तयार व्हावी, तसा तिच्या साऱ्या तर्कांचा शेवट होई.

एके दिवशी तर हा अनुभव तिला फार तीव्रतेने आला.

लायब्ररीतून आणलेले पुस्तक चाळीत ती व्हरांड्यात बसली होती. आज

मधुरेचे केस कापायचे होते. जहागिरदारांचा पिढीजात म्हातारा कारागीर मुंबईला जाऊन नव्या फॅशनी शिकून आलेल्या आपल्या नातवासह या कामगिरीवर आला होता. ताईसाहेब अजून उठल्या नसल्यामुळे पलीकडेच ते दोघे गप्पा मारीत आपला वेळ घालवीत होते. म्हाताऱ्याच्या बोलण्यातले 'थोरले सरकार' हे शब्द नंदाच्या कानांवर पडले, तेव्हा कुठे तिचे लक्ष त्यांच्या गप्पांकडे गेले. हातघाईच्या लढाईत जय मिळवून आलेल्या शूर वीराप्रमाणे थोरल्या सावकारांची दाढी आपण झोपेतच कशी केली, हे बुढ्ढेबाबा तिखटमीठ लावून सांगत होते :

"दौलत, तुझ्यासारखा कारागीर विलायतेत जन्माला यायला हवा होता. विक्टुरिया राणीनं तुझ्याकडनं केस कापून घेतले असते!" असे सर्टिफिकीट देऊन थोरल्या सरकारांनी आपली पाठ कशी थोपटली, याचे आजोबांनी मोठ्या रसाळपणाने वर्णन केले, तेव्हा नंदाची खूप करमणूक झाली.

ती त्याचे बोलणे लक्षपूर्वक ऐकू लागली.

त्या वृद्धाच्या वाग्गंगेचा ओघ हळूहळू थोरल्या सरकारांच्या देवभक्तीकडे वळला. हिमालयातून त्यांनी आणलेले गुरू किती तेजःपुंज होते, त्यांची दाढी किती काळी कुळकुळीत होती, ते आपल्या मंत्राने मेलेली फुलपाखरे कशी जिवंत करीत असत, ते काही वर्षांनी कसे बेपत्ता झाले, सरकारांनी त्या दुःखाने चंदनगडच्या घारकड्यावरून उडी टाकून कसा जीव दिला, वगैरे गोष्टी चविष्टपणाने सांगून आजोबांनी शेवटी भाष्य केले,

"थोरल्या सरकारांनी जीव दिला, ही शाप खोटी गोष्ट आहे. त्येंस्नी न्यायला विमान आलं असावं! तुकोबागत!"

हे सारे ऐकताना नंदाची हसून हसून मुरकुंडी वळली; पण देवदत्त आणि वसुंधरा यांच्या वैमनस्यातील रहस्याचा जो शोध ती करीत होती, तो मात्र तिला अधिक कठीण वाटू लागला. एक निराळेच विचारचक्र तिथे सुरू झाले.

चंदनगडच्या घारकड्यावरून देवदत्ताच्या वडिलांनी उडी टाकून आत्महत्या केली, ती का? हिमालयातून आणलेला गुरू बेपत्ता झाला, म्हणून? का त्यांना वेडबीड लागले होते? या घराण्यात आनुवंशिक वेड तर नाही ना?

देवदत्ताचे बोलणे ऐकताना एक-दोनदा या संशयाची पुसट सावली तिच्या मनावर पडून गेली होती. आता ती शंका तिच्या मनात पुन्हा मूळ धरू लागली.

देवदत्त कितीही रसिक आणि उमदा असला, तरी अधून-मधून त्याला ही आनुवंशिक वेडाची लहर येत असावी! कदाचित मधुरेच्या फिट्सचाही या गोष्टीशीच संबंध असेल! नवऱ्याच्या वेडापायी वसूने काय काय छळवाद सोसला असेल, तो तिचा तिलाच माहीत! या छळामुळेच कातावून मधुरेच्या समोर देवदत्ताला उद्देशून 'राक्षस' हा शब्द वसूने अनेकदा उच्चारला असला पाहिजे. त्याशिवाय का त्या

बाळजीवाने जन्मदात्या पित्याची अशी धास्ती घेतली असेल?

या विचारचक्राचे भ्रमण शेवटी थांबत असे, ते एका प्रश्नचिन्हापाशी.

प्रीतीचा अर्थ काय?

देवदत्ताला वसुंधरा आवडली, म्हणजे तिचे रूप आणि गळा आवडला. वसुंधरेला देवदत्त पसंत पडला, म्हणजे त्याचे रूप आणि श्रीमंती तिला आवडली. या आवडीच्या पोटी हे लग्न झाले! मग त्या वेळची ती ओढ, ती आवड, सर्वस्वाचे दान करण्याची ती भावना, हे सारे आज कुठे गेले? का वसूचे प्रेम फक्त देवदत्ताच्या श्रीमंतीवर होते? आणि त्याचे केवळ वसूच्या रूपावर, तिच्या गळ्याच्या गोडव्यावर होते? खेळणे मिळेपर्यंत लहान मुलाला ते हवे-हवेसे वाटते. ते मिळाले, की त्याची मोडतोड करायला ते कमी करीत नाही. प्रेम हे असेच एक खेळणे आहे का? वसुंधरा आणि देवदत्त–सावित्री व सत्यवान–हॅम्लेटची आई आणि तिचा पती–किती भिन्न-भिन्न तऱ्हांची ही जोडपी! ही माणसे प्रथम एकत्र आली, ती एकमेकांच्या आयुष्यात स्वर्ग निर्माण करण्यासाठी, पण प्रत्येक जोडप्याचे प्रेम ही दुसऱ्या कुणाही जोडप्याच्या अनुभवाशी न जुळणारी नवलकथा असते काय? वसुंधरा जहागिरदारीण झाली, हे तिचे सुदैव, का दुर्दैव? तिच्या लग्नाला उणीपुरी सहा वर्षे झाली असतील; पण एवढ्यात देवदत्तांना ती डोळ्यांसमोर नकोशी व्हावी? त्यांचे प्रेम असे सुकून जावे? उन्हाळ्यात नद्या आटतात, हिवाळ्यात त्या गोठून जातात; पण समुद्र कधीच आटत नाही, कधीच गोठत नाही!

या विचारचक्रात मधूनच एक प्रश्न एखाद्या काट्यासारखा तिच्या मनात सलू लागे–

शेखरला आयुष्य लाभले असते, तर आपला संसारही असाच कोमेजला असता का? स्त्री-पुरुषांच्या प्रीतीला सृष्टीने भंगुरपणाचा शापच दिला आहे काय? का प्रीती हा जुगार आहे? या जुगारात जीत होते कुणाची? का या जुगारात दोघांचेही दिवाळे निघते?

शेखरच्या स्मृतीविषयीची स्वतःच्या मनाची प्रतिक्रिया पाहून तिचे तिलाच नवल वाटू लागले. त्याच्या मृत्यूची वार्ता आल्यापासून, अशी एकही रात्र गेली नव्हती की, ज्या रात्री तिची उशी आसवांनी ओली झाली नव्हती; पण विलासपूरला आल्यापासून तिच्या डोळ्यांचा हा पावसाळा संपला. न-कळत जखमेने खपली धरली. देवदत्त, वसुंधरा आणि मधुरा यांच्या सुखःदुःखांत तिचे मन गुंतून गेले. न-कळत भूतकाळाचा तिला विसर पडू लागला.

विलासपूरला आल्यापासून जणू काही ती धुक्यात वावरत होती. त्या धुक्याने भूतकाळ जसा दिसेनासा झाला होता, तसे भविष्याचे अंधूक दर्शन होणेही शक्य नव्हते. मात्र अधून-मधून सोनेरी ऊन्ह चोरपावलांनी तिच्या मनात प्रवेश करी.

नाचऱ्या झऱ्याप्रमाणे चालणारी मधुरेची बडबड ऐकताना, नव-नव्या अलंकारांप्रमाणे वाटणारी, देवदत्ताच्या लायब्ररीतली पुस्तके हाताळताना आणि तिथे गेले, की घुंगुरवाळा वाजविणाऱ्या बाळाप्रमाणे छुमछुम करीत तिच्याकडे येणाऱ्या चंचलला कुरवाळताना या सोनेरी उन्हाचा साक्षात्कार तिला होई. चंचलच्या मुक्या प्रेमाने तर ती गहिवरून जाई. तिच्या मनात येई, सारे जग असेच निष्पाप असते, तर किती बरे झाले असते?

२८

नंदाला लाभलेल्या चंचलच्या या मुक्या प्रेमाला एका बोलक्या प्रेमाची अचानक जोड मिळाली! काही हासभास नसताना!

महिना होऊन गेला होता तिला विलासपूरला येऊन. तिने पुनःपुन्हा आग्रह केला, म्हणून वसुंधरा एका-दोनदा फिरायला बाहेर पडली होती; पण त्या फिरण्यात मोकळेपणा नव्हता. गावाच्या अंतरंगाचे दर्शन नव्हते. रोज सकाळी लायब्ररीत जाताना आज देवदत्त भेटेल आणि शस्त्रवैद्याच्या हत्याराप्रमाणे धारदार असलेले त्याचे बोलणे पुन्हा ऐकायला मिळेल, अशी वेडी आशा तिच्या मनात निर्माण होई; पण तो कुठे अदृश्य झाला होता, कुणाला ठाऊक! तो भेटला नाही, याने तिला वाईट वाटे. त्याच्या एकुलत्या-एक भेटीच्या दिवशी चंचलशी बोलताना तो म्हणाला होता,

‘‘या जगात मला फक्त दोनच मित्र आहेत. एक तू नि दुसरा मृत्यू!’’

त्याचे ते शब्द तिला पुनः पुन्हा आठवत. मग मनात येई, आपलेच चुकले त्या दिवशी. आपण लगेच म्हणायला हवे होते,

‘‘आकडे मोजताना चुकताय् तुम्ही. तुम्हांला तीन मित्र आहेत.’’

कुणीही मनुष्य असो, मृत्यू हा जेव्हा त्याला मित्र वाटू लागतो, तेव्हा त्याच्याजवळ असणाऱ्या दुसऱ्या माणसाने आपल्या मायेने त्याला मागे ओढले पाहिजे. माणसाचे माणसाशी असलेले हे सर्वांत निकटचे नाते आहे.

२९

देवदत्ताच्या त्या भेटीची अशी पुनः पुन्हा आठवण करीत संध्याकाळी ती बागेत फिरत होती. कोपऱ्यातल्या पिंपळाने तिला हाक मारली. ती त्याच्या पारावर जाऊन बसली. त्याच्याशी गुजगोष्टी करू लागली. आपल्याच विचारांच्या डोहात ती

खोलखोल बुडून गेली.

इतक्यात एक वृद्ध, बुटके, किडकिडीत गृहस्थ आभाळातून टपकावे, तसे तिच्यापुढे येऊन उभे राहिले.

'नमस्कार, नंदाताई!' हे त्यांचे शब्द ऐकताच नंदा आपल्या तंद्रीतून जागी झाली. ती गडबडून उठली.

भला-मोठा खिसा असलेली खादीची पैरण, खादीचे आखूड धोतर, काखेतील जुनी छत्री आणि डोक्यावर इस्त्रीची ओळख नसलेली पांढरी टोपी, असा त्यांचा सरंजाम पाहून नंदा बुचकळ्यात पडली. गांधीजींच्या नावाचे भांडवल करून जगणाऱ्या कुठल्या तरी भुक्कड संस्थेचे ते चालक असतील आणि जहागिरदारीणबाईंकडे मुंबईहून एक शिकलेली पाहुणी आली आहे, असे कळल्यामुळे 'गीतेचा संदेश' किंवा 'गांधीजी आज असते, तर–' अशा एखाद्या विषयावर तिने आपल्या संस्थेत बोलावे, अशी विनंती करण्याकरिता ते आले असतील, असे तिच्या मनात येऊन गेले.

या कल्पनेने आलेले हसू मोठ्या कष्टाने आवरीत तिने त्यांना प्रतिनमस्कार केला. मात्र जसजशी ती त्यांच्याकडे निरखून पाहू लागली, तसतसा त्यांच्या मुद्रेवरला स्निग्ध भाव पाहून आपल्या कल्पनेचा तिला राग आला.

त्या गृहस्थांची दृष्टी आश्विनातल्या चांदण्याची आठवण करून देत होती. मात्र ते चांदणे बरसणाऱ्या डोळ्यांभोवती काळी वर्तुळे स्पष्ट दिसत होती. त्या वर्तुळांच्या पलीकडे मोठ्या स्टेशनांवर जसे रुळांचे जाळे असते, तशा अनेक सुरकुत्याही पसरल्या होत्या. मात्र त्या सुरकुत्यांच्या आणि कृष्णवर्तुळांच्या मधे प्रसन्नपणे हसणारे दोन नंदादीप पाहून तिला एकदम दादांची आठवण झाली. आपल्यापुढे एक प्रेमळ व्यक्ती उभी आहे, या जाणिवेने तिचे मन सुखावले. हास्यमुद्रेने तिने त्यांचे स्वागत केले.

पारावर छत्री टाकून बैठक मारीत ते गृहस्थ म्हणाले,

"आम्हांला ओळखलं, वाटतं, तुम्ही?"

थोड्या अंतरावर बसत आणि मनापासून हसत ती म्हणाली,

"ओळखीच्या मुलीला कोणी अहो-जाहो म्हणतं का?"

"चुकलं, बुवा, आमचं. तसं शाळेत व्याकरण कच्चंच होतं, म्हणा, माझं! त्यामुळं हा वचनांचा घोटाळा झाला. ते जाऊ दे, काय सांगत होतो मी, नंदाताई, तुला? हं! माझं नाव बापू. बापू कीर्तने. हे पाळण्यातलं नाव नव्हे हं. ते असेल धोंडो गुंडो, नाही तर तसलंच काही तरी! पण या बुटक्या, किडकिडीत देहाला समस्त विलासपूर बापू म्हणून ओळखतं. हे नामपुराण झालं. आता धंदा. जहागिरदारांची नोकरी करतो. त्यांच्या मातुःश्रींनी अन्नाला लावलं. म्हणून हा एके काळचा देशभक्त

अजून जिवंत आहे. नाही तर– ते जाऊ दे! खाजगीकडे आहे मी! हिशेबठिशेब पाहतो.''

नंदा चाचरत म्हणाली,

''पूर्वी कधी तुम्हांला पाहिलेलं–''

''अरे, हो, सांगायचं राहिलंच की! तू आमच्या दादासाहेब देशपांड्यांची मुलगी, तू आलीस, तेव्हाच मी तुला भेटायला हवं होतं. पण म्हणतात ना– कर्म त्यापुढे करि पेणे! तू आलीस, त्याच्या आदल्या दिवशीच मला मुंबईला जावं लागलं. मुलगा असतो तिथं नोकरीला. एकुलता एक. टायफॉइडनं आजारी आहे, अशी सूनबाईची तार आली, म्हणून गेलो. आता बरं आहे पोराचं! आज सकाळी परत आलो. कचेरीचं काम बरंच तुंबलं होतं, म्हणून तुला भेटायला वेळ लागला.''

नंदाने विचारले,

''दादा भेटले का मुंबईत?''

''अरे, हो, ते सांगायचं राहिलंच की! किती तरी वर्षांनी गेलो मुंबईला! मग दादासाहेबांना भेटल्याशिवाय परत कसा येणार? पंढरपूरला जायचं, नि पांडुरंगाचं दर्शन न घेता परतायचं? छे! अग पोरी, तुझे दादा होते, म्हणून बेचाळीस साली हा बापू तुरुंगात खडी फोडायला गेला नाही!''

''म्हणजे?'' चकित होऊन नंदानं प्रश्न केला.

''म्हणजे काय? तुझ्या वडिलांनी त्या वेळी आम्हां भूमिगत लोकांना आसरा दिला. सख्ख्या भावासारखा! पूर्वीची काही ओळख-देख नसताना घरात लपवून ठेवलं आम्हांला! ते होते, म्हणून आम्ही बचावलो. चांगल्या पगाराची नोकरी गेली त्यांची त्यापायी! पण एक गोष्ट लक्षात ठेव, बाळ, अशा बापाच्या पोटी जन्म मिळायला भाग्य लागतं मोठं!''

बापूंच्या या शब्दांनी नंदाचे मन उचंबळून आले. ती मनात म्हणत होती,

'किती विचित्र आहे हे जग! घरच्या माणसांची किंमत कळायलासुद्धा घराबाहेर पडावं लागतं इथं.'

बापू बोलू लागले,

''मी सांगतोय्, ते तुला आठवायचं नाही. नंदाताई, कसं आठवणार? अग, त्या वेळी तू आईच्या पोटात! एका अंधाऱ्या रात्री लपत-छपत मी तुमच्या घरी आलो. तुमच्याकडे येण्याच्या आधी एका बड्या कार्यकर्त्याकडे गेलो होतो; पण तो आमची घोरपड गळ्यात बांधून घ्यायला तयार होईना! तुला कल्पना नाही, बाळ, देशभक्ती ही सुळावरली पोळी होती त्या वेळी. ती कुणाला नको होती! पुढं स्वातंत्र्य आलं. भराभर तव्यांवर पुरणपोळ्या चढायला लागल्या. तूप ओतून त्यांच्यावर ताव मारायला थवेच्या थवे सरसावले. जग हे असं आहे, पोरी. त्या रात्री

मला बंगल्यातनं बाहेर काढणारे ते बडे कार्यकर्ते पुढं पुढारी झाले. हळूहळू मंत्री म्हणून डुलू-झुलू लागले! नि तुझे दादा? त्यांची नोकरी गेली, ती गेलीच! मग कुठल्या तरी व्यापारी कंपनीत खर्डेघाशी करून–''

बोलता-बोलता बापू थांबले. लगेच एकदम खळखळून हसत म्हणाले,

''ज्या जगात सॉक्रेटिसाला विषाचा प्याला प्यावा लागतो, नि गांधीजींना बंदुकीच्या गोळ्या खाव्या लागतात. तिथं इतरांची काय कथा?''

''दादा, माई, मिलिंद सारी बरी आहेत ना?''

''सारी खुशाल आहेत. अलीकडच्या भाषेत सांगायचं, म्हणजे अगदी ओ. के. मात्र मिलिंद रुसलाय् हं तुझ्यावर ! माईंनी मला सांगितलंय्– पोरगी एकटी गेलीय् तिकडे. तुमचीच लेक आहे, असं समजा. तिचं काही दुखलं-खुपलं, तर–''

''मुलं कितीही मोठी झाली, तरी आईबापांना ती लहानच वाटतात! होय ना; बापू?''

बापूंनी पश्चिमेकडे पाहिले.

ऊन्ह पेंगुळले होते. संध्या आपल्या अंगणात काढायच्या रंगी-बेरंगी रांगोळीची जमवाजमव करीत होती.

बापू लगबगीने उठत म्हणाले,

''रोज समाचाराला येईनच मी तुझ्या. मात्र आमच्या घरी तुला यायला हवं हं लवकरच. काही हवं-नको असेल, तर मोकळेपणानं सांगत जा मला.''

पारावर ठेवलेली छत्री बापूंनी उचलली.

ते चालू लागणार, इतक्यात नंदाच्या तोंडून शब्द गेले.

''देवदत्त कुठं गावाला गेलेत, वाटतं? फार-फार दिवसांत दिसले नाहीत!''

किंचित वळून हसत बापू उत्तरले,

''ढगांतली वीज आहे ती! कुठं चमकेल आणि कुठं लपेल, याचा नेम नाही काही.''

३०

बापूंच्या पाठमोऱ्या आकृतीकडे आदराने पाहता-पाहता नंदाच्या मनाला एका विचाराने अस्वस्थ करून सोडले.

बापूंकडे देवदत्ताची चौकशी आपण का केली? त्याचा आणि आपला तसा काय संबंध आहे? योगायोगाने त्या दिवशी गाठ पडली. तो बोलत बसला, आपण ऐकत राहिलो. प्रवासात अशी पुष्कळ माणसे भेटतात. आपण त्यांच्याशी खूप-खूप

बोलतो; पण गाडीतून उतरल्यावर पुढे कुठे आठवण होते आपल्याला त्या माणसांची? आयुष्याचा प्रवासही असाच असायला हवा! छे! बापूंना तो प्रश्न आपण विचारायला नको होता. आईचे बोट सोडून अवखळ मुलाने आडवाटेला धाव घ्यावी, तसे आपल्या मनाचे झाले! आपल्या प्रश्नामुळे बापूंच्या मनात काही—

रात्री डोळा लागेपर्यंत ती परोपरीने स्वतःची समजूत घालीत होती.

आपण देवदत्ताची चौकशी केली, ती वसुंधरेसाठी! इतके दिवस झाले! पण नवरा-बायकोंची साधी गाठभेट नाही. हे असे किती दिवस चालणार? का? याचा वसूच्या मनावर काय परिणाम होईल? ती दररोज झोपेच्या गोळ्या घेते. त्या घेतल्याशिवाय झोपच येत नाही, म्हणते! या गोळ्यांचा तिच्या प्रकृतीवर वाईट परिणाम होणार नाही का? छे! आता देवदत्त भेटले, म्हणजे तिच्या नि त्यांच्या या शीतयुद्धाचा सोक्षमोक्ष लावून घेतलाच पाहिजे.

या निश्चयापाशी येऊन थांबताच प्रसन्न मनाने ती झोपी गेली. मात्र मध्यरात्र उलटल्यावर ती अचानक जागी झाली.

'देवदत्त— देवदत्त—' म्हणून कुणी तरी मोठ्याने मारलेल्या हाका आपल्याला ऐकू येत आहेत, असा तिला भास झाला.

जाग आल्यावर काही क्षण ती बावरली. देवदत्तांच्या वडिलांचे भूत या बंगल्यात फिरत असते, असे वसू म्हणाली होती, ती गोष्ट तिने थट्टेवारी नेली होती; पण आता मात्र तिच्या मनात आले,

ते भूत देवदत्तांना हाक मारीत नसेल ना? त्यांनी आत्महत्या का केली? त्यांची काही इच्छा अतृप्त राहिली असावी का? ती पुरी करून घेण्यासाठी ते 'देवदत्त, देवदत्त,' म्हणून—

मध्यरात्रीच्या एकांतात मोठे माणूससुद्धा लहान मुलासारखे भित्रे होते, हा विचार मनात येऊन तिला स्वतःचे हसू आले. हळूहळू तिला पडलेले स्वप्न तिच्या डोळ्यांपुढे उभे राहिले.

त्या हाका आपल्याच होत्या— स्वप्नातल्या! मात्र त्या स्वप्नात आपल्याला जे विमान कोसळताना दिसले, ते होते शेखरचे! आपल्या तोंडून, 'शेखर, शेखर', अशा हाका यायला हव्या होत्या. त्या न येता 'देवदत्त, देवदत्त', अशा हाका—

ती अंथरुणावर उठून बसली.

खोलीत दिव्याचा मंद निळसर प्रकाश पसरला होता. पलीकडे वसुंधरा आणि मधुरा गाढ झोपी गेल्या होत्या.

नंदा आपल्या स्वप्नातल्या बारीक-सारीक गोष्टी आठवायचा प्रयत्न करू लागली.

त्या स्वप्नात पर्वताचे एक उंच शिखर सारखे दिसत होते. बर्फाने आच्छादलेले. शुभ्र पुष्पांनी पूजा केलेल्या शंकराच्या पिंडीसारखे दिसणारे. त्या पर्वताच्या दिशेने

एक विमान वेगाने जात होते. होय, शेखरचेच होते. काय होतंय्, हे कळण्याच्या आधीच त्या विमानाने पेट घेतला. ते खाली येऊ लागले. आपण त्या पर्वताच्या पायथ्याशी उभ्या होतो! 'शेखर, शेखर. सांभाळ!' असा आक्रोश करण्याचा आपण प्रयत्न केला; पण आपल्या तोंडून शब्द निघाले, 'देवदत्त, देवदत्त!' निदान ते शब्द निघाले, असा स्वप्नात आपल्याला भास झाला.

असे का व्हावे? आपले अंतर्मन झोपेतसुद्धा देवदत्ताचा विचार करीत आहे का? रोज सकाळी लायब्ररीत तो भेटला नाही, म्हणजे आपल्याला चुकल्या-चुकल्यासारखे होते. ते का? त्याच्याविषयी ही वाटणारी विचित्र ओढ कशातून निर्माण झाली आहे? त्याच्या बुद्धीविषयी वाटणाऱ्या आदरातून, की त्याच्या उद्ध्वस्त संसाराविषयी वाटणाऱ्या कणवेतून? का हे प्रेम आहे? भोळे! खुळे! अंधळे! झोपेत चालणाऱ्या माणसाप्रमाणे निसर्गाच्या प्रेरणेमागून वेड्यासारखे धावणारे– तो गळ्यात दावे बांधून, जिकडे ओढीत नेईल, तिकडे जाणारे! शेखरवर केले होते, तसे!

या शेवटच्या विचाराने तिचे मन शहारले. आतापर्यंत शस्त्रवैद्याच्या शांत वृत्तीने ती आपल्या मनाची चिरफाड करीत होती; पण आता तिचा हात कापू लागला.

ती अंथरुणावरून उठली. पाऊल न वाजविता दालनाच्या दाराकडे आली. आवाज न करता तिने दार उघडले. बाहेर येऊन तिने ते ओढून घेतले. दारापाशी झोपलेला नोकर ताला-सुरात घोरत होता. मात्र बंगल्याची राखण करणारा अल्सेशियन कुत्रा तिची चाहूल लागताच भुंकत तिच्याजवळ आला. तिने मायेने त्याच्या पाठीवरून हात फिरविला. त्या ओळखीच्या स्पर्शासरशी त्याचे भुंकणे थांबले. शेपटी हलवीत तो तिच्यामागून बागेत गेला.

बाग चांदण्यात न्हाऊन निघाली होती, जिकडे-तिकडे शांतच शांत होते. चांदण्याची पांढरी शुभ्र चादर पांघरून गाढ झोपलेल्या विलासपुराकडे ती किती तरी वेळ टक लावून पाहत उभी राहिली. पाहता-पाहता एका विचित्र विचाराने तिचे शरीर थरारले, मन बेचैन झाले.

ही सारी शांती फसवी आहे. या विलासपुरात या क्षणी एका जागी प्रेमिक अधीरतेने परस्परांची चुंबने घेत असतील, दुसऱ्या स्थळी प्रसूतीच्या वेदनांनी व्याकूळ झालेली पहिलटकरीण बाळाची चिमुकली जिवणी आणि मृत्यूचा विक्राळ जबडा यांची अस्पष्ट चित्रे आळीपाळीने पाहत असेल, आणि तिसऱ्या ठिकाणी पन्नास वर्षे जीवन-प्रवासात सोबत करणारा सहचर शेवटचा निरोप घेत आहे, म्हणून एखादी वृद्धा, त्रिभुवनातले दुःख ज्यांच्यामध्ये साठले आहे, अशी आसवे गाळीत बसली असेल!

या विचारतंद्रीत नंदा चबुतऱ्यावर येऊन बसली.

तिचे शरीर चांदण्यावर तरंगू लागले. मनाचे पाखरू उंच-उंच उडाले. जीवनाचा

अर्थ काय, असे तिने जिवाच्या आकांताने दादांना विचारले होते. तो अर्थ आता हळूहळू आपल्याला कळू लागला आहे, असे तिला वाटले.

कुणी देव म्हणो, कुणी दैव म्हणो, कुणी निसर्ग म्हणो, कुणी योगायोग म्हणो! पण जिला माणसाच्या सुखदुःखांशी काही कर्तव्य नाही, अशी एक अंध, अवखळ शक्ती माणसाला माणसाशी जोडीत असते. कधी रक्ताच्या नात्याने, कधी गरजेच्या नात्याने, कधी भावनेच्या नात्याने! वादळी समुद्रात फुटक्या फळकुटांच्या आधाराने तरंगणारी माणसे जशी लाटांमुळे जवळ येतात, तसेच या अफाट जगात घडले. कुणाच्या तरी पोटी आपण जन्माला येतो. कुणी तरी आपला सांभाळ करते. शाळेच्या चिमण्या जगात कुणी तरी आपल्या बुद्धीला प्रकाशाची वाट दाखविते. कुणी तरी चिमणदातांनी राय-आवळ्याचे दोन तुकडे करून त्यांतला एक आपल्याला देते. योगायोगाने जवळ आलेल्या कुणाच्या तरी जीवनात यौवन आपले जीवन मिसळून टाकते. जीवनचक्राच्या या अखंड भ्रमंतीत माणसाला एकच गोष्ट करता येण्यासारखी आहे– दुसऱ्या माणसाशी जडलेले आपले नाते न विसरणे, त्याचे जीवन फुलावे, म्हणून त्याच्यासाठी जे-जे करता येईल, ते-ते करणे! देवदत्त आणि वसुंधरा ही आपल्या आयुष्यात अशीच आली आहेत. पण आपण आता त्यांच्याशी बांधले गेलो आहोत– माणुसकीच्या नात्याने या दोघांना अशा दुःखी स्थितीत टाकून आपल्याला इथून पळून जाता येणार नाही. रणांगणावर जखमी मित्राला मृत्युमुखी सोडून पळून जाणाऱ्या माणसासारखे हे भ्याडपणाचे होईल.

सहज तिने समोर पाहिले.

लायब्ररीच्या बंगल्यात प्रकाश दिसत होता.

म्हणजे देवदत्त परत आला असला पाहिजे! केव्हा आला तो? आपण लायब्ररीकडे जाऊन पाहिले, तर?

दोन वाटा फुटलेल्या ठिकाणी एखाद्या नवख्या प्रवाशाने यावे, आणि कुठल्या वाटेने पुढे गेले असता आपण इष्ट स्थळी पोहोचू, हे त्याला कळू नये, तशी तिच्या मनाची स्थिती झाली.

त्या प्रकाशाकडे पाहत किती तरी वेळ ती एखाद्या पुतळीप्रमाणे उभी राहिली.

३१

उजाडते, न उजाडते, तोच नंदा उठली. मात्र नेहमीप्रमाणे ती व्हरांड्यात आल्यावर पार्वती चहा घेऊन तिच्यापुढे आली नाही. नंदाला नवल वाटले. घड्याळाच्या काट्याच्या तालावर पार्वतीचे काम सदैव चाले. तिला एकदम

तापबीप आला नसेल ना, अशी नंदाला शंका आली.

ती बंगल्याच्या मागच्या बाजूला वळली.

स्वयंपाकघरात दिवा दिसत होता. हळू आवाजात कुणी तरी बोलत होते. किंचित पुढे होऊन तिने पाहिले.

पार्वती एका पुरुषाच्या हातातून आपले हात सोडवून घेण्याचा प्रयत्न करीत होती, तो ते घट्ट धरून मिस्किलपणे हसत होता.

नंदाला मुंबईतले वसूचे बोलणे आठवले. देवदत्ताच्या बोलण्यात आलेला गुप्त हेराचा उल्लेखही तिच्या मनाला स्पर्श करून गेला.

हा पार्वतीचा नवरा गंगाराम असावा, हे तिने ओळखले. तो देवदत्ताचा ड्रायव्हर होता. काल रात्री तो परत आला असेल. इतक्या दिवसांच्या विरहाचे पारणे फेडण्याकरिता तो पहाटेच तिला भेटायला आला असावा. मेघदूतातले काव्य ही काही यक्षगंधर्वांची मक्तेदारी नाही, हा विचार मनात येताच ती खुदकन् हसली.

लगेच ती माघारी वळली.

३२

ती लायब्ररीकडे गेली, तेव्हा चंचल जणू काही तिचे स्वागत करायला दारात उभी होती. नंदाच्या मागून ती हळूहळू आत आली. तिच्या पायांत घुटमळू लागली. तिला कसला तरी विलक्षण आनंद झाला आहे, आणि तो सांगण्याचा ती प्रयत्न करीत आहे, असे नंदाला वाटले.

खाली वाकून चंचलचे तोंड दोन्ही हातांनी वर करीत तिने विचारले,

"कोण होतीस, ग, तू मागच्या जन्मी माझी? आई, की बहीण?"

जणू काही हे बोलणे आपल्याला समजले, असे दाखवीत चंचलने मान डोलावली.

मग तिला नंदा म्हणाली,

"अग वेडे, तुला इतका कसला आनंद झाला आहे, ते कळलंय्, म्हटलं, आम्हाला! देवदत्त आले आहेत, होय ना? रात्री खूप वेळ इथं वाचीत बसले होते ते. खरं ना? अशी नेहमीची जाग्रणं सोसवतील का त्यांना? तू त्यांची जिवाभावाची मैत्रीण! त्यांना थोडं समजावून सांगायचं, की नाही?"

नंदाचे लक्ष गोल टेबलाकडे गेले.

त्याच्यावर नव्या पुस्तकांचा ढीग पडला होता.

ती उत्सुकतेने तिकडे गेली. नवी कोरी पुस्तके कौतुकाने चाळू लागली.

काव्यापासून तत्त्वज्ञानापर्यंत साऱ्या तऱ्हांची पुस्तके होती त्या राशीत! त्यांतल्या एका जाडजूड पुस्तकातून एक कागद बाहेर डोकावत होता. तिचे कुतूहल जागृत झाले. तिने ते पुस्तक उचलले. एका पाश्चात्त्य पंडिताचे आधुनिक दृष्टिकोनातून महाभारतावर लिहिलेले भाष्य होते ते. त्यातले कागद तिने बाहेर काढून पाहिले. रात्री देवदत्त इथे वाचीत बसले होते, तेव्हा त्यांनीच ते लिखाण केले असावे. हे उघड होते. ती वाचू लागली–

–महाभारताचा नायक कोण? कुणी म्हणतात कृष्ण, कुणी म्हणतात अर्जुन, एखादा आधुनिक पंडित दुर्योधनाला तो मान देईल! पण मला वाटते, त्याचा नायक आहे अश्वत्थामा. तो मनुष्यजातीचा प्रतिनिधी आहे. म्हणूनच तो चिरंजीव झाला आहे!

होय! अश्वत्थामा हा या जगात सदैव एकाकीपणाने राहावे लागणाऱ्या मानवाचा प्रतिनिधी आहे. दारुण दु:खाखेरीज, क्रूर वंचनेखेरीज, कधीही न संपणाऱ्या आयुष्याच्या मार्गावर त्याला दुसरा कुणी सोबती मिळाला नाही! आई, बाप, मित्र, सारे-सारे त्याचे अंतर्वैरी झाले. महाभारतात त्याच्या पत्नीचा कुठेही उल्लेख नाही; पण ज्या अभाग्याला आईबापांचेही खरेखुरे प्रेम मिळाले नाही, त्याला देऊन-देऊन पत्नी काय देणार? केवळ शरीरसुख!

बाळपणीच आईने त्याला फसविले. पिठात पाणी घालून दूध म्हणून तिने ते त्याला पाजले. आपल्या नागड्या-उघड्या गरिबीवर पांघरूण घालण्याकरिता तिने ते केले असेल! पण आयुष्याचे वैराण वाळवंट करणाऱ्या दाहक सत्याकडे तिने त्याला उघड्या डोळ्यांनी पाहू दिले नाही, हे खरे आहे. फार मोठा अपराध होता हा तिचा!

नंतर त्याची वंचना केली, ती द्रोणाचार्यांनी– प्रत्यक्ष त्याच्या पित्याने. द्रुपदाचा सूड घेण्याकरिता आणि आपला मोठेपणा सिद्ध करण्याकरिता द्रोण हस्तिनापुराला गेला. कौरव-पांडवांचा गुरू झाला. अर्जुनासारखा शिष्य आपण घडविला, या अहंकारात अश्वत्थाम्याचा त्याला विसर पडला.

निदान धर्मराज म्हणून मिरविणाऱ्या पहिल्या पांडवाने तरी त्याला फसवायला नको होते. सत्यवादी म्हणून रात्रंदिवस त्याच्या नावाचा नवखंडांत डांगोरा पिटला जात होता; पण स्वार्थापायी धर्म अंधळा झाला!

'अश्वत्थामा मारला गेला!' अशा आरोळ्या उठताच द्रोणाने धर्माला विचारले,

'कोण मारला गेला? माझा मुलगा अश्वत्थामा? का हत्ती अश्वत्थामा?'

धर्माने उत्तर दिले,

'नरो वा कुन्जरो वा!'

यांतले शेवटचे शब्द ऐकू न जातील, इतक्या अस्फुट स्वरात उच्चारण्याची खबरदारी त्या महात्म्याने घेतली!

दुर्योधनानेही त्याला असेच फसविले. युद्धात विजय मिळण्याचा संभव होता, तोपर्यंत त्याने अश्वत्थाम्याच्या हाती युद्धाची सूत्रे दिली नाहीत! मात्र केवळ शेवटच्या निर्घृण भीषण सूडाकरिता छिन्न-भिन्न होऊन धुळीत पडलेल्या त्या राजाने या द्रोणपुत्राला सेनापतिपदाचा अभिषेक केला. बिचारा सेना नसलेला सेनानायक झाला!

अश्वत्थाम्याने दुर्योधनाला दिलेले वचन खरे केले. पांडव आमरण विसरणार नाहीत, असा त्यांचा सूड घेतला. त्या सूडाचे प्रायश्चित्त त्याला एकट्याला भोगावे लागले. त्याच्या मस्तकातला मणी हिरावून घेतला गेला. तिथे कायम वाहणारी जखम निर्माण झाली. जगातला प्रत्येक अभागी मनुष्य अशीच एखादी वाहती जखम सोबतीला घेऊन जीवन कंठीत असतो.

ही भयानक जखम मस्तकी धारण करून चिरजीवनाचा शाप भोगीत अश्वत्थामा रानोमाळ भटकत आहे. या भ्रमंतीतही बिचारा एकाकी आहे. त्याच्या या दुःखात त्याची पत्नी सहभागी झाली, असा महाभारतात कुठेही उल्लेख नाही. आपल्या दुर्दैवी पतीला साथ देत तिने देह ठेवला असता, तर सीता-सावित्रीपेक्षाही ती अधिक वंद्य झाली असती; पण व्यासाच्या उत्तुंग प्रतिभेलासुद्धा अशा पत्नीची कल्पना करता आली नाही!

एकच प्रश्न सारखा मनाला टोचत राहतो. क्षणभरही चैन पडू देत नाही. अश्वत्थाम्याच्याच वाट्याला हा सारा भोग का यावा? दारुण दुःखातून मुक्त होण्याचा मृत्यू हा सुलभ मार्ग असतो; पण त्याच्या लेखी हा चोरदरवाजासुद्धा बंद करण्यात आला, तो का?

कागदांवरचे लिखाण इथेच संपले होते. पण जे लिहिले होते, तेवढ्याने नंदाच्या मनातले मोहोळ पुन्हा उठविले.

हा केवळ कल्पनेचा विलास आहे, की अश्वत्थाम्याच्या रूपाने देवदत्ताने आपली अंतरीची व्यथा प्रगट केली आहे? अश्वत्थाम्याच्या पत्नीचा तो अनपेक्षित उल्लेख– तो लिहिण्याच्या ओघात आला आहे, की देवदत्ताने या बाबतीतल्या आपल्या दुःखाला शब्दरूप दिले आहे? असे हे लोकविलक्षण दुःख आहे तरी कसले? सहा वर्षांच्या सहजीवनात वसूने ते समजावून घेण्याचा प्रयत्न करायला नको होता काय?

देवदत्ताविषयी तिच्या मनात अनामिक, पण असीम करुणा उत्पन्न झाली.

एखाद्या अपघातात सापडलेल्या माणसाविषयी वाटावी, तशी.

घुंगुर खुळखुळले. चंचल काय करीत आहे, हे पाहण्याकरिता नंदाने त्या कागदांवरली आपली दृष्टी वर केली. देवदत्त तिच्याकडे टक लावून पाहत उभा होता. ती गोंधळली, शरमली. काय बोलावे, हे तिला सुचेना.

देवदत्ताने तुटक स्वराने विचारले,

''दुसऱ्यांचं लिखाण परवानगीवाचून वाचणं बरं का?''

नंदा गोरीमोरी झाली. खाली पाहत ती पुटपुटली,

''माफ करा हं!''

देवदत्त खळखळून हसत म्हणाला,

''तुम्हीच मला माफ करायला हवं.''

भुवया उंचावत नंदाने विचारले,

''का?''

''तुमच्यासारख्या विदुषीला माझं हे भिकार लिखाण वाचायची तसदी घ्यावी लागली, म्हणून.''

देवदत्ताने चेंडू तिच्याकडे टोलविला होता. तो कौशल्याने परत पाठविणे प्राप्त होते.

मिस्किलपणे त्याच्याकडे नंदा बघत म्हणाली,

''या जगात बहुतेक माणसं आपली किंमत आहे त्यापेक्षा अधिक मानतात. आपलं पितळ सोनं म्हणून जगाच्या बाजारात खपवितात. आपण अगदी दुसऱ्या टोकाला गेलेले दिसता. स्वतःचं सोनं पितळ म्हणून विकण्याचा हट्ट चाललाय् आपला!''

देवदत्त खिन्न स्वराने उत्तरला,

'कुणाला ठाऊक, ते पितळ आहे, की कथील आहे! असं काही तरी लिहिताना धुंदीचे क्षण येतात. स्वतःला पार विसरून जाता येतं. जगाच्या सुखदुःखांशी समरस होता येतं, म्हणून हे व्यसन मी जडवून घेतलं. लग्नापूर्वी खरडलेले सारे कागद वसूला वाचायला दिले होते; पण तिनं त्यांतलं एक अक्षरसुद्धा कधी वाचलं नाही. मग एके दिवशी माझ्यातला समंध जागा झाला. त्यानं या साऱ्या कागदांना काडी लावली. मी मंत्र म्हणू लागलो, 'अग्नये स्वाहा । इदं न मम ।' ''

गाडी अप्रिय विषयाकडे वळत होती. ती हळूहळू तशी वळली, तर देवदत्ताच्या दुःखाचा आपल्याला नीट उलगडा होईल, असे नंदाला वाटले. म्हणून ती म्हणाली,

''महिना होऊन गेला. मी रोज इथं येते. पुस्तकं विस्कटते. हवी, ती पुस्तकं घेऊन जाते. पहिल्या दिवशी तेवढं मला तुमचं दर्शन झालं इथं, त्या नंतर कुठं दूर शिकारीबिकारीला गेली होती, वाटतं, स्वारी?''

''शिकारीलाच गेलो होतो, म्हणायचं. मात्र जंगलातल्या हिंस्र पशूंची पारध

नव्हती ही! माणसाच्या मनातल्या जंगलात लपून बसलेल्या श्वापदांची शिकार होती ही!''

आपण सहज विचारलेल्या प्रश्नाचे असे काही उत्तर येईल, अशी नंदाची कल्पना नव्हती. नेहमीच्या सरावातले विजेचे बटन दाबायला जावे आणि त्याचा धक्का बसावा, तशी त्याची स्थिती झाली.

तिने त्याच्याकडे निरखून पाहिले.

त्याचे डोळे एखाद्या खोल डोहासारखे दिसत होते. बाह्यतः शांत, पण आत काही तरी लपविणारे!

काही वेळ दोघेही गप्प बसली; पण दोन पुतळ्यांप्रमाणे समोरा-समोर अधिक वेळ मुकेपणाने बसणे मोठे कठीण होते.

नंदा उठण्याकरिता चुळबूळ करीत आहे, हे देवदत्ताच्या ध्यानी आले असावे. तो आपुलकीच्या स्वरात म्हणाला,

''काहीतरीच बोलून गेलो मी! अगदी वेड्यासारखं! वेड्यासारखं तरी कसलं, म्हणा? वेडाच आहे मी! वसूनंच ठरवलंय् मला वेडा! वेड्याच्या इस्पितळात माझी रवानगी केव्हा करते, याची वाट पाहत बसणं एवढंच काम उरलंय् मला आता!''

देवदत्त हे बोलून गेला; पण टाके घालायला जाता-जाता वस्त्र अधिक फाटले आहे, याची जाणीव झाली,

तारेवरून चालणाऱ्या माणसाच्या चपळाईने त्याने आपले मन सावरले. तो उठला आणि नंदाला म्हणाला,

''आज दोन कप चहा प्यायला हवा तुम्हांला! मागच्या खेपेचा पाहुणचार राहिलाय्! लक्षात आहे ना?''

३३

पलीकडच्या बंगल्यातल्या देवदत्ताच्या दिवाणखान्यात नंदाने प्रवेश केला, तेव्हा तिच्या डोळ्यांत एकदम दोन गोष्टी भरल्या. फुला-फुलांच्या गालिचावर पसरलेले वाघाचे कातडे आणि शिसवी तिवईवरला बुद्धाचा संगमरवरी पुतळा!

त्या पुतळ्याजवळच्या एका कोचावर देवदत्ताने नंदाला बसविले. मग मेजाकडे जाऊन त्याने तिथली घंटी वाजवली. घंटीच्या आवाजाने नंदाचे लक्ष त्या टेबलाजवळच्या कोपऱ्याकडे गेले.

त्या कोपऱ्यात एक भव्य, सुंदर चित्र ठेवले होते. रुंद जबडा, भेदक डोळे, सिंहाच्या आयाळीची आठवण करून देणारी दाढी–

ते चित्र नीट पाहण्याकरता नंदा उठली. ती थोडी पुढे येऊन उभी राहिली.

ते हेमिंग्वेचे तैलचित्र होते, त्या चित्रापाशीच भिंतीला टेकवून एक बंदूक ठेवली आहे.

हेमिंग्वेच्या बंदुकीच्या शौकाविषयी नंदाने पुष्कळ वाचले होते. त्याने आत्महत्या केली, तीसुद्धा आपल्या आवडत्या चंदेरी बंदुकीने, हे तिला ठाऊक होते.

तिच्या मनश्चक्षूंपुढे एक विचित्र त्रिकोण उभा राहिला :

देवदत्त, अश्वत्थामा आणि हेमिंग्वे हे त्या त्रिकोणाचे तीन कोन होते!

नोकराला चहा सांगून देवदत्त तिच्याजवळ आला, तेव्हा तिने विचारले,

''कुठं घेतलंत हे चित्र?''

''मुंबईच्या प्रदर्शनात.''

''हेमिंग्वे फार आवडतो तुम्हांला!''

''फार!'' एवढाच उद्गार काढून तो क्षणभर थांबला.

शेवटी स्वगत बोलावे, तसा तो बोलू लागला,

''जगात दोन जाती आहेत माणसांच्या. एक मनस्वी मनांची आणि दुसरी मुर्दाड मनांची. मुर्दाड माणसं अष्टौप्रहर जगण्याची केविलवाणी धडपड करीत राहतात. ती कुणाच्याही लाथा खातील, सोम्यागोम्यांपुढं लोटांगण घालतील. उकिरड्यावरल्या उष्ट्या अन्नानं पोट भरतील; पण काही करून कुडीत जीव राहील, अशी काळजी घेतील. त्यांना सर्वांत मोठं भय वाटतं, ते मरणाचं! मनस्वी मनं तशी नसतात. मानानं नि अभिमानानं जगता आलं, तरच ती जगतील. ती धुंदीत जगतील, मस्तीत जगतील, पण ती दुसऱ्याला शरण जाणार नाहीत. ईश्वराशीसुद्धा तडजोड करणार नाहीत. त्यांची स्वतःची तर सदैव झुंज चाललेली असते! हेमिंग्वे असा मनस्वी मनुष्य होता. ज्या क्षणी त्याला हे जीवन असह्य झालं, त्या क्षणी त्यानं शांतपणानं आपल्या बंदुकीनं–''

नंदा मधेच म्हणाली,

''पण याच हेमिंग्वेनं म्हाताऱ्या कोळ्याची समुद्राशी झालेली झुंज रंगविली आहे! म्हाताऱ्यानं कष्टानं पैदा केलेली शिकार त्याच्या हातून नाहीशी होते! तो हात हलवीत परततो. म्हणून तो काही आत्महत्या करीत नाही. उलट, आफ्रिकेतल्या सिंहाच्या शिकारीची स्वप्नं पाहत तो झोपी जातो!''

देवदत्त चपापला. स्वतःला सावरीत तो म्हणाला,

''एका बुद्धिमान विदुषीशी आपण बोलत आहोत, हे विसरूनच गेलो होतो मी!''

नोकर चहा घेऊन आला.

दोघेही कोचावर बसली.

चहा करण्याकरिता नंदा लगबगीने उठत आहे, असे पाहून देवदत्त म्हणाला,

''अं हं! तुम्ही आज पाहुण्या आहात माझ्या! तेव्हा–''

नंदा मिस्किलपणाने उत्तरली,

''मी पाहुणी आहे, हे सांगितलं कुणी तुम्हांला? हे वसूचं घर आहे, नि मी वसूची मैत्रीण आहे. तेव्हा मी घरचीच झाले! नाही का?''

देवदत्ताने हसत विचारले,

''एम्. ए. ला तर्कशास्त्र घेतलं होतं, वाटतं, तुम्ही?''

चहा करता-करता नंदा मान वर करून म्हणाली,

''तर्कशास्त्रात तुम्हीच अधिक पारंगत आहात माझ्यापेक्षा, म्हणून माणसांचे दोन वर्ग करून तुम्ही मोकळे झालात! पण खरं सांगू? हे जग चाललंय्, ते मनस्वी माणसांमुळं नाही, नि मुर्दाड माणसांमुळंही नाही!''

तिने पुढे केलेला पेला हातात घेत देवदत्ताने विचारले,

''म्हणजे माणसांचा एक तिसरा वर्ग असतो. असं म्हणायचंय् तुम्हांला?''

काही क्षण नंदा बोलली नाही. चहाचे दोन-तीन घोट घेऊन ती म्हणाली,

''हो! हा तिसरा वर्गच खरा महत्त्वाचा आहे. तो आहे मायाळू माणसांचा. स्वतःला विसरून दुसऱ्यावर प्रेम करणाऱ्या माणसांचा!''

देवदत्त हसत म्हणाला,

''असं प्रेम या जगात आहे?''

दादा आणि माई यांच्या अनेक आठवणींनी नंदाचे मन भरून आले. सद्गदित स्वरात ती म्हणाली,

''निश्चित आहे. ते कुणाला आईच्या रूपानं भेटतं. कुणाला दुसऱ्या कुठल्या तरी रूपानं–''

स्निग्ध साभिप्राय तिच्याकडे पाहत देवदत्त म्हणाला,

''खरं आहे!''

त्याच्या सूचक उद्गारातला अर्थ लक्षात येताच ती लज्जित झाली, थोडीशी सुखावली. क्षणभर थांबून ती म्हणाली,

''सामान्य माणसंसुद्धा हे प्रेम देऊ शकतात; पण–''

देवदत्त एकदम उठला.

''आलोच हं मी!'' असे म्हणत तो बाहेर गेला.

दिवाणखान्याची सजावट नंदा न्याहाळू लागली.

दुसऱ्या एका कोपऱ्यात हेमिंग्वेच्या चित्रासारखेच भव्य, सुंदर चित्र पाहून ती चमकली.

थोडे पुढे जाऊन तिने पाहिले.

ते चित्र विवेकानंदांचे होते. त्याच्या समोर गवसणीतून बाहेर काढलेली एक सतार दिसत होती.

विवेकानंद आणि हेमिंग्वे– सतार आणि बंदूक– जीवन आणि मरण! देवदत्ताच्या मनात कोणता संघर्ष चालला आहे, याची नंदाला पुरेपूर कल्पना आली. आत्महत्येच्या विचाराने मनुष्य कसा भ्रमिष्ट होतो, हे तिने स्वतः अनुभवले होते. काय वाटेल ते होवो, या विचारापासून त्याला परावृत्त करण्यासाठी आपली सर्व शक्ती वेचायची, असा तिने मनोमन निश्चय केला.

देवदत्त परत आला, तो एक सुंदर बाहुली घेऊन.

त्या बाहुलीच्या हातात दुधाची छोटी बाटली होती. कळ फिरवली, की बाहुली त्या बाटलीतले दूध पिऊ लागे.

नंदाच्या हातात ती बाहुली देत तो म्हणाला,

''फार आवडेल ही मधुरेला! तिच्यासाठी घेतली ही दिल्लीत. हरिद्वारहून परत येताना!''

नंदाचे विचारचक्र सुरू झाले–

देवदत्त हरिद्वारला गेला होता? कशाला? तीर्थयात्रा करणाऱ्या आपल्या आईला भेटण्याकरिता? की आपल्या जिवाचे काही बरे-वाईट करावे, म्हणून?

३४

देवदत्ताने मधुरेसाठी बाहुली आणली आहे, हे वसूला कळता कामा नये, हे नंदाच्या लक्षात यायला वेळ लागला नाही. तिने ती कुणाला न-कळत आपल्या खोलीत नेऊन ठेवली. आज संध्याकाळी तिला बापूंच्या घरी जायचे होते. त्याच वेळी ती मधुरेसाठी विकत घेतल्याचे नाटक करावे, असे मनाशी ठरवून ती निश्चिंत झाली.

संध्याकाळी बापू येताच ती त्यांच्याबरोबर मोठ्या उत्सुकतेने निघाली.

बापूंचे बिऱ्हाड विलासपूरच्या मध्यभागी असलेल्या विठ्ठल-मंदिराच्या उजव्या बाजूला एका बोळात होते. बापू झपझप पुढे चालले होते. नंदा जे-जे डोळ्यांनी टिपता येईल, ते-ते मनात साठवीत त्यांच्यामागून जात होती. आपल्या देशाच्या दारिद्र्याविषयी तिने पुस्तकात पुष्कळ वाचले होते. पण आज तिला त्याचे जे पुसट दर्शन होत होते, ते मोठे दुःखदायक होते. न-कळत तिचे मन इथल्या प्रत्येक गोष्टीची मुंबईतल्या त्या-त्या प्रकारच्या गोष्टीशी तुलना करू लागले. शेवटी तिच्या मनात आले, मुंबईसारखे शहर हा या देशाचा दर्शनी, भरजरी, मखमली पडदा

आहे. पण हा पडदा बाजूला केला, म्हणजे त्याचे जे रूप दिसते, ते विटक्या, फाटक्या वस्त्रासारखे आहे.

दासबाबू म्हणाले होते,

''आपलं घरटं सोडून गेल्याशिवाय पाखराला आकाशाचा अर्थ कळत नाही.''

किती खरे आहे ते!

बापूंच्या मागून नंदा एका जुनाट वाड्यात शिरली. डावीकडच्या बिऱ्हाडाकडे वळली. घराचे दार उघडेच होते. बापूंबरोबर ती आत गेली. चपला काढून ठेवून अरुंद पडवीतून बापूंबरोबर ती माजघरात शिरली. तिथे भिंतीला लागून एक खाट होती. त्या खाटेवर एक वृद्ध स्त्री पडली होती. पावले वाजताच पडल्या-पडल्या तिने टकाटका पाहिले. बापू तिच्या अगदी जवळ गेले. नंदाही त्यांच्या मागून गेली. बापूंनी त्या स्त्रीला विचारले,

''कसं आहे?''

एखाद्या यांत्रिक बाहुलीप्रमाणे टकमक पाहत केसांचा कापूस झालेल्या त्या रुग्णशय्येवरल्या स्त्रीने उत्तर दिले,

''छान!''

नंदाकडे बोट दाखवून बापू म्हणाले,

''सावित्री, आपल्याला मुलगी नाही, म्हणून तू नेहमी कुरकूर करायचीस. ही बघ, तुला मुलगी आणलीय् आज! कशी आहे? आवडली ना?''

त्या स्त्रीच्या तोंडून एखाद्या पढवलेल्या पोपटासारखा उद्गार निघाला,

''छान!''

अर्धांगामुळे त्या वृद्ध स्त्रीला अंथरुणावरून उठता येत नसावे! वाचा गेल्यामुळे 'छान' या एका शब्दाशिवाय दुसरा शब्द तिला उच्चारता येत नसावा!

बापूंच्या संसाराच्या या चित्राने नंदाचे मन काजळून गेले. किंचित भयभीत दृष्टीने तिने बापूंकडे पाहिले. अंधार उजळून टाकणाऱ्या शुक्रचांदणीचे स्मित त्यांच्या मुद्रेवर विलसत होते. नंदाने बापूंच्या पत्नीकडे पाहिले. पतीच्या त्या स्मिताचे प्रतिबिंब जणू काही त्या रुग्ण स्त्रीच्या मुद्रेवर उठून दिसत होते. दोघेही एकमेकांकडे किती आपुलकीने बघत होती. जणू ते नुकतेच लग्न झालेले जोडपे होते.

बापू सावित्रीबाईंच्या अगदी जवळ गेले. त्यांच्या विसकटलेल्या केसांवरून त्यांनी मायेने हात फिरवला. लगेच ते मोठ्याने हसत उद्गारले,

''अरे हो, विसरलोच की! सकाळच्या भाकरी भाजण्याच्या नादात तुझी वेणी घालायची राहून गेली. जरा थांब, हं! ही तुझी लेक आलीय् फार दिवसांनी माहेरपणाला. तिला चहा करून देतो. मग तुझी अशी छान केशभूषा करतो की– 'छान' म्हणजे काय? आपली जुन्या काळातली वेणी हं! ती पोनी टेलबिल काही

आपल्याला कळत नाही.''

शेवटचे वाक्य बोलता-बोलता नंदाकडे पाहून ते हसले आणि म्हणाले,

''आम्ही आपले खादीवाले असलो, तरी आम्हांला चहा करता येतो हं. सावित्रीचं चहावाचून चालत नाही. तेव्हा हे सारं पाकशास्त्र शिकावंच लागलं मला!''

बापू वळून आतल्या खोलीत जायला निघाले; पण नंदाने त्यांना जाऊ दिले नाही. सावित्रीबाईंच्या खाटेवर कडेला ती बसली होती. ती चटकन उठली आणि म्हणाली,

''तुम्ही बसा, बापू, आईंच्यापाशी. आत जाऊन मी करते चहा.''

बापू झटकन मधल्या दारापर्यंत गेले, आणि दोन्ही हातांनी दार अडविल्याचा आविर्भाव करीत म्हणाले,

''अं हं. इकडे यायचं नाही बायकांनी. हे पुरुषराज्य आहे. कार्तिकेयाच्या देवळात जशी बायकांना बंदी असते, तशी अस्मादिकांच्या मुदपाकखान्यातही ती आहे. शिवाय, एक कामही आहे, नंदाताई, तुझ्याकडे. तुझ्यासारख्या विदुषीचा अभिप्राय हवाय् मला माझ्या चहावर! साबणाच्या जाहिरातींवर नट्यांचे अभिप्राय छापतात ना, तसा छापायला! हो, काय नेम सांगावा? उद्या जहागिरदारांच्याकडील नोकरी गेली, तर चहाचं दुकान काढावं लागेल या देशभक्ताला!''

बापूंच्या या थट्टेखोर स्वभावाचे एरवी नंदाला हसू आले असते. दुःख गोड करून घ्यायची शहाण्या माणसांची ही रीत तिला अपरिचित नव्हती! पण स्वतःवर आणि स्वतःच्या परिस्थितीवर चाललेला बापूंचा हा विनोद ऐकताना तिचे सारे लक्ष सावित्रीबाईंच्याकडे लागले होते. त्यांच्या मुद्रेवर मंद स्मिताखेरीज दुसरा कुठलाच भाव दिसत नव्हता. ती थोडी वर सरकली आणि वाकून सावित्रीबाईंना म्हणाली,

''आई, पाय चेपू का तुमचे?''

बोलता-बोलता तिने त्यांच्या अंगावरून हात फिरवायला सुरुवात केली.

तिच्या 'आई' या हाकेमुळे असेल, अथवा प्रेमळ स्पर्शामुळे असेल, सावित्रीबाईंच्या डोळ्यांत टचकन पाणी उभे राहिले.

नंदाला ते दिसले. ती आसवे दुःखाची नव्हेत, हे तिने ओळखले. उन्हाळ्यात तापलेल्या धरणीला जेव्हा पहिल्या पावसाचा स्पर्श होतो, तेव्हा तिच्यातून सुगंध दरवळू लागतो. ते अश्रूही तसेच होते.

स्वयंपाकघरातून बापूंचा आवाज ऐकू येऊ लागला. ते काही तरी गुणगुणत होते. मधूनच त्यांतला एखादा-दुसरा शब्द ऐकू येई.

नंदा कान देऊन ऐकू लागली– 'मोगरा'....'मोगरा'..... हे दोन शब्द तिला ऐकू आले.

बापूंचा आवाज किनरा होता; पण त्याला गोडवा होता. मधल्या दारापाशी जाऊन उभे राहावे आणि त्यांचे हे गाणे ऐकावे, अशी प्रबळ इच्छा नंदाच्या मनात निर्माण झाली. 'आई, आले हं मी!' असे म्हणून ती खाटेवरून उठली आणि मधल्या दारापाशी जाऊन उभी राहिली.

आतली खोली वेडी-वाकडीच होती. चूल कुठे तरी आडोशाला असावी. ती नंदाला दिसत नव्हती. बापूही दिसत नव्हते; पण आता त्यांचा आवाज मात्र स्पष्ट ऐकू येत होता. तालासुरावर ते म्हणत होते–

इवलेसे रोप लाविलेये द्वारी
तयाचा वेलु गेला गगनावेरी
मोगरा फुलला ऽ ऽ मोगरा फुलला
फुले वेचिता बारू कळीयांसी आला
मनाचिया गुंती गुंफियेला शेला
बाप रखुमादेवीवरु विठ्ठली अर्पिला

बापू गात असलेल्या अभंगाचा उल्लेख दादांच्या तोंडून नंदाने अनेकदा ऐकला होता; पण त्याची भावनापूर्णता तिला आज प्रथमच जाणवली.

तिच्या मनात आले;

हा अभंग भक्तीप्रमाणे प्रीतीलाही लागू पडणार नाही का? बापूंच्या गळ्यात माळ घालून या घरात सावित्रीबाईंनी प्रवेश केला असेल, तेव्हा त्यांच्या प्रीतीचे रोप इवलेसेच असेल! आज त्या इवल्याशा रोपाचा वेल आकाशाच्या मांडवावर चढला आहे. किती वर्षे झाली, कुणास ठाऊक! अर्धांगवायूने अंथरुणाला खिळलेल्या पत्नीला, बापू तळहातावरल्या फोडाप्रमाणे सांभाळीत आहेत. दारिद्र्यात–एकटेच–हसतमुखाने! इथे खरा मोगरा फुलला आहे! आणि वसूच्या बंगल्यात?

कप-बश्या किणकिणल्या.

नंदा झटकन दारातून परतली. सावित्रीबाईंपाशी येऊन बसली. तिच्या पाठोपाठ बापू चहाचे दोन पेले घेऊन आले. एक त्यांनी नंदाच्या हातात दिला. दुसरा जमिनीवर ठेवला. मग सावित्रीबाईंच्या मानेखाली हात घालून त्यांनी त्यांना हळूच उठविले. भिंतीला टेकून ठेवलेल्या तक्क्याला त्यांना टेकवून बसविले. मग खाली ठेवलेला पेला उचलून थोडा-थोडा चहा बशीत ओतीत, बापू सावित्रीबाईंना हळूहळू चहा पाजू लागले.

चहा घेता-घेता नंदाने विचारले,

"तुम्ही घेत नाही, बापू?"

बापू हसत उत्तरले,

"पूर्वी घेत नव्हतो; पण हिच्या संगतीनं घ्यायला लागलो अलीकडे. या

कपातला थोडा चहा मी घेणारच आहे! हिचा माझा करार ठरलाय् एक. जे काही देव देईल, ते वाटून घ्यायचं! निम्मं-निम्मं! ते जाऊ दे, नंदाताई. चहा कसा झालाय्, ते सांगा आधी. फक्कड? फर्स्ट क्लास? ए वन्? हो, माणसानं एक हातचा धंदा नेहमी खिशात ठेवावा!''

३५

नंदा परतली, तेव्हा चांगला अंधार पडला होता. पण तो तिला दिसत नव्हता. मनाच्या गाभाऱ्यात 'मोगरा फुलला,ऽऽमोगरा फुलला' हे शब्द दरवळत होते. आकाश जणू काही तो अभंग गात होते, आणि त्याच्या प्रत्येक सुराबरोबर वर एक-एक चांदणी फुलत होती. दासबाबूंनी प्रीतीचा जो अर्थ तिला समजावून सांगितला, त्याचा साक्षात्कार एका दरिद्री घरातल्या वृद्ध जोडप्याच्या सहवासात तिला झाला होता.

मनात न मावणाऱ्या आनंदाच्या लाटांवर तरंगत ती बंगल्यावर पोचली. मात्र बंगल्यात पाऊल टाकताच तिथे चाललेली नोकरमाणसांची धावपळ पाहून ती स्तंभित झाली. काही वेळ, काय झाले, हे तिला कळेना! वसूचा आपल्या मनावर बिलकूल ताबा नाही! तिने काही-ती भीत-भीतच पुढे गेली. वसूच्या शयनगृहात पलंगावर मधुरा मूर्च्छित पडली होती.

संध्याकाळी तर मधुरा खेळायला गेली होती. तिचे हे दुखणे एकदम कसे उलटले? तिला काही कळेना! पुढे होऊन मधुरेची नाडी पाहणाऱ्या डॉक्टरांस नंदाने विचारले,

''कसं आहे, डॉक्टर?''

तिचा आवाज कानांवर पडताच वसुंधरेने वळून तिच्याकडे पाहिले. लगेच तिने आपले तोंड फिरविले. वसूच्या या वागण्याचा तिला काही बोध होईना. वसू पाहत होती, तिकडे तिने आपली नजर वळवली. पलंगाच्या पलीकडे देवदत्ताने दिलेली बाहुली छिन्न-भिन्न होऊन पडली होती. एकदम वसूचे कर्कश शब्द तिच्या कानांवर आले,

''तुझ्या खोलीत कशी आली बाहुली, नंदा?''

आपल्या भोवताली सारी खोली फिरते आहे, असे क्षणभर नंदाला वाटले. लगेच सारे बळ एकवटून तिने उत्तर दिले,

''मी आणली होती ती. मधुरेसाठी.''

''कुठनं?'' वसुंधरेने प्रश्न केला.

नंदा किंचित गडबडली. लगेच शांतपणाने ती उत्तरली,

"मुंबईहून येतानाच आणली होती ती मी! माझ्या वाढदिवसादिवशी मधुरेला द्यायला. आज माझा वाढदिवस आहे. म्हणून मी ती बाहेर काढून—"

"खोटं, साफ खोटं!" वसुंधरा किंचाळली. "देवदत्तांनी आणली होती ही! तू रोज त्यांच्याशी गुलूगुलू गोष्टी करायला जातेस ना? लायब्ररीत जायचं निमित्त करून! ठाऊक आहे ते सारं मला. त्यांनी ही तुझ्याकडे दिली! मधुरेला भुलवून माझ्यापासनं दूर न्यायचा कट करताय् तुम्ही? पण मी नाही सोडायची तिला. एवढी लेकीवरली माया उतू जात होती, तर यायचं होतं देवदत्तांनी इथं ती बाहुली घेऊन! ही सारी ढोंगं-सोंगं समजतात हं मला! नंदा, माझी मैत्रीण म्हणून तू इथं आलीस. तुला हे चोंबडे कारभार करायला सांगितलं होतं कुणी?"

काय घडले असावे, हे क्षणार्धात नंदाच्या लक्षात येऊन चुकले.

खेळून परत आल्यावर नंदामावशी कुठे दिसत नाही, म्हणून मधुरा आपल्या खोलीकडे गेली असेल. समोर नवी सुंदर बाहुली दिसताच ती घेऊन नाचत-नाचत ती वसूकडे धावली असेल. ती बाहुली देवदत्ताने आणली आहे, हे कळताच—

तिच्या मनाने चटकन सारे दुवे जुळविले. देवदत्ताने दिल्लीत विकत घेतलेली ही बाहुली गंगारामाला ठाऊक असणारच! पार्वतीपाशी तो ते सहज बोलून गेला असावा! मधुरा बाहुली घेऊन वसूकडे गेली, तेव्हा पार्वती तिथे असावी—

नंदा पुन्हापुन्हा स्वतःची निर्भर्त्सना करू लागली,

'छे! आपण वसूशी खोटं बोलायला नको होतं.'

३६

पहाटेचे गार वारे सुटले, तरी नंदाचा डोळ्याला डोळा लागला नाही. पुनः पुन्हा या कुशीवरून त्या कुशीवर होत, रात्री जे ऐकले, त्याचा अर्थ लावण्याची ती धडपड करीत होती! पत्राचे कपटे जुळवून ते वाचण्याचा प्रयत्न करावा, तशी!

रात्री मधुरा शुद्धीवर यायला वेळ लागला. तेव्हा नंदाचे काळीज धडधडू लागले. पण डॉक्टर तिला धीर देत म्हणाले होते,

"हे फेफरं नाही. भीतीच्या पोटी येणारी मूर्च्छा आहे."

ते खरेच होते. शुद्धीवर आल्यावर मधुरा काही केल्या आईकडे जायला तयार होईना. तिला थोडी कॉफी पाजून नंदाने आपल्या कुशीत घेतले आणि गमतीदार गोष्टी सांगत झोपविले. पण मधुरा झोपली, तरी वसुंधरा जेवायला उठली नाही. नंदाही उपाशी राहिली. आगगाडीतल्या दोन अपरिचित माणसांप्रमाणे त्या दोघी

मैत्रिणी आपापल्या पलंगावर बसून राहिल्या. शेवटी नंदा उठली. वसुंधरेजवळ येऊन बसली. तिच्या मस्तकावरून मायेने हात फिरवीत ती म्हणाली,

"वसू, क्षमा कर मला. मी खोटं बोलायला नको होतं मघाशी. पण खरं सांगते, देवदत्तांनी दिलेली ती बाहुली मी आणली होती मधुरेला द्यायला. तुझी मैत्रीण म्हणून इथं आलेय् मी! तुला फसवायला नको होतं मी! पण माझ्या गळ्याची शपथ आहे तुला. अशी मनातल्या मनात तू कुढत बसलीस, तर दुसऱ्या माणसानं काय करावं? देवदत्तांच्या बाबतीतलं तुझं दुःख काय आहे, हे कळल्याशिवाय ते मला कसं दूर करता येईल? नि तुझं दुःख हलकं करता येत नसेल, तर मी इथं राहायचं तरी कशाला? मी परत जाऊ का?"

वसूला थोपटीत आणि तिला धीर देत नंदा बराच वेळ बोलत राहिली, तेव्हा कुठे तिच्या मनातली अढी कमी झाली. तिच्या अबोलपणाचा बांध फुटला. नंदाच्या मांडीवर मस्तक ठेवून किती तरी वेळ ती आपली कहाणी सांगत राहिली. मग झोपेच्या गोळ्या घेऊन ती झोपी गेली; पण नंदा मात्र जागीच राहिली. भुताटकीच्या अफवेमुळे ओस पडलेल्या वाड्यात अवसेची रात्र काढावी लागणाऱ्या प्रवासिनीसारखी!

वसूने सांगितलेली सारी कहाणी एखाद्या चित्रपटाप्रमाणे तिच्या डोळ्यांपुढून सरकू लागली–बाळपणीच आईबापांच्या मायेला पारखी झालेली वसू, मामांच्या घरात खुरटलेल्या मनाने लहानाची मोठी झालेली वसू, आपल्या रूपाच्या आणि गळ्याच्या धुंदीत स्वप्नरंजनात दंग होणारी वसू! अशा वसूचे देवदत्ताशी लग्न होते. प्रीतीच्या पहिल्या रात्रीचे एक अति मोहक चित्र स्वप्नाळू वसूने मनात रंगविलेले असते. चित्रपटातल्या नाजूक-साजूक मीलनासारखे देवदत्त हळूच जवळ येऊन आपली हनुवटी वर करील, आपल्या रूपाची स्तुती करील, आपल्या लाजरेपणाविषयी थट्टेने बोलेल, आणि मग हळूच आपला हात हातात घेऊन–! पण प्रत्यक्षात तिच्या या स्वप्नाच्या ठिकऱ्या-ठिकऱ्या उडतात. त्या पहिल्या रात्री देवदत्त मद्यपी मित्रांच्या बैठकीत मशगूल होऊन जातो. तो शयनगृहात येतो दोन वाजल्यावर! आल्याबरोबर धसमुसळेपणाने तो तिला आपल्याकडे ओढतो. मग किळसवाणा वास येत असलेल्या तोंडाने तो तिची चुंबनामागून चुंबने घेतो. कोळ्याच्या जाळ्यात सापडलेल्या माशीसारखी त्याच्या मिठीत तिची स्थिती होते. प्रीतीच्या या पाशवी दर्शनाने वसूच्या मनाला जो तडा जातो, तो कायमचा! तो सांधला जावा, असे पुढे काहीच घडत नाही! मामा-मामींच्या लोभीपणामुळे नावापुरते असलेले माहेरही तिला पूर्णपणे पारखे होते. नवरा दगड असला, तरी त्याला बायकोनेच देव मानायला हवे, या कोरड्या उपदेशाशिवाय सासूकडूनही तिला काही मिळत नाही. देवदत्ताच्या कुठल्याही बेहोशीत– दारूच्या, शिकारीच्या, वाचनाच्या, नाचगाण्याच्या–वसू भाग घेऊ शकत नाही. मधुरेच्या जन्मानंतरसुद्धा दोघांची मने कधीच जवळ येत नाहीत.

हळूहळू देवदत्तांच्या वडिलांच्या आत्महत्येची कथा तिला कळते. त्या वेडाचा वारसा देवदत्ताकडेही आला आहे, ही शंका तिच्या मनात मूळ धरते. दोघांमध्ये दोन ध्रुवांचे अंतर निर्माण होते. या सर्वांवर कळस चढतो, तो दारूच्या धुंदीत देवदत्त आपल्या आईचा खून करायला जातो, तेव्हा! 'माझ्या वडिलांचा खून तू केलास!' असे बडबडत बंदूक घेऊन तो आपल्या आईच्या अंगावर धावतो. आता त्याच्या वेडाची हद्द झाली, अशी वसूची खात्री होते. हा भयानक प्रसंग पाहून मधुरेला फिट्स येऊ लागतात. आपल्या आणि मधुरेच्या जिवाविषयी वसू धास्तावून जाते. देवदत्ताचा बंगला सोडून सासूच्या बंगल्यात येऊन राहते. 'इथं पाऊल टाकलंत, तर मी जीव देईन!' असे ती देवदत्ताला बजावते.

कल्पनेने हा चित्रपट पाहता-पाहता नंदाच्या अंगावर काटा उभा राहिला. सुंदर हिरवळीच्या खाली भयंकर ज्वालामुखी धगधगत असावा, तसे बाह्यतः सुखशिखरावर असलेल्या वसूच्या संसारात केवढे दाहक दुःख लपले होते! तिला वाटले, अस्से उठावे, देवदत्ताच्या बंगल्यावर जावे, आणि वसूसारख्या साध्या-भोळ्या मुलीच्या जीवनाशी, त्याने मांडलेल्या या क्रूर खेळाचा जाब त्याला हडसून-खडसून विचारावा! पण वसूच्या कहाणीतून देवदत्ताचे जे दर्शन तिला झाले होते, ते लक्षात घेता, असे काही करणे म्हणजे खेळातल्या बंदुकीने खऱ्याखुऱ्या वाघाची शिकार करायला जाण्यासारखेच होते!

वसूविषयी तिला वाटणाऱ्या सहानुभूतीला जसजशी भरती येत गेली, तसतसा तिला स्वतःचा अधिक-अधिक राग येऊ लागला. देवदत्ताने सज्जनपणाचे सोंग आणून आपल्याला फसविले, आणि एखाद्या अल्लड पोरीप्रमाणे त्याचे कौतुक करीत आपण त्याच्याशी समरस झालो. त्याच्या बुद्धीचे आणि व्यक्तित्वाचे आपल्याला आकर्षण वाटू लागले. पण तो सज्जनपणा हा नुसता देखावा होता– रावणाने चढविलेला रामाचा मुखवटा होता!

मात्र या मनःस्थितीतही राहून-राहून एक शंका तिला बेचैन करून सोडीत होती–

इतका निष्ठुर आणि इतका व्यसनी मनुष्य सज्जनपणाचे सोंग सहज सजवू शकतो? विवेकानंदांची पूजा करणारे मन आपल्या सहचारिणीचा अपमान करायला कसे धजते? अश्वत्थाम्याच्या एकाकीपणाच्या वेदना ज्याच्या हृदयाला घरे पाडतात, त्याने, स्वतःशी जिचे नशीब बांधले गेले आहे, त्या बायकोच्या दुःखाची काडीइतकीही कदर करू नये, याचा अर्थ काय? चंचलसारख्या मुक्या जिवाचा ज्याला लळा लागतो–

या प्रश्नांनी ती अगदी कासावीस झाली. हे सारे मनातून काढून टाकून ती स्वस्थ पडली; पण काही केल्या तिला झोप येईना! मधेच तिच्यापाशी झोपलेली

मधुरा ओरडली, 'आई!' हळुवारपणे नंदाने तिला आपल्या कुशीत घेतले. मधुरेने तिला घट्ट मिठी मारली. त्या गाढ, विश्रब्ध बालस्पर्शाने नंदा सुखावली. या मिठीत जगातले कुठलेही दुःख प्रवेश करू शकत नाही, या कल्पनेवर तरंगत तिने निद्रेच्या राज्यात प्रवेश केला.

३७

दिवस उगवत होते, आणि रेंगाळत, कंटाळत मावळत होते. नंदा अधून-मधून लायब्ररीत जाई; पण तिथे देवदत्त तिला एकदाही भेटला नाही. रात्री लायब्ररीत जळत असलेला दिवाही तिने कधी पाहिला नाही. पार्वतीला भेटायला येणारा गंगारामही दीड-दोन महिन्यांत तिला दिसला नाही. देवदत्ताची स्वारी कुठल्या तरी दूरच्या प्रवासाला गेली असावी, अशी तिने मनाशी खूणगाठ बांधली.

दोन महिने होत आले; पण देवदत्ताची गाठ पडताच वसूचा विषय त्याच्यापाशी कसा काढायचा, त्याच्या पापाचे पुरेपूर माप त्याच्या पदरात कसे घालायचे, याविषयी तिच्या मनाचा निश्चय होईना!

आता ती सारा दिवस मधुरेशी खेळण्यात आणि वसूला बोलकी करण्यात घालवू लागली. संध्याकाळी बापूंबरोबर ती त्यांच्या घरीही निघून जाई. तिथून परतल्यावर रात्री वसूशी बोलत बसे. या गप्पा-गोष्टींत बापूंच्या कुटुंबाविषयी तिला जी माहिती मिळाली, तिच्यामुळे त्यांच्याविषयी तिला वाटणारा आदर दुणावला. बापूंना एकच मुलगा आहे, अशी तिची आतापर्यंत समजूत होती. पण देवदत्ताच्या वयाचा एक दुसरा मुलगा बापूंना होता, हे ऐकून तिला मोठे आश्चर्य वाटले. त्या मुलाविषयी बापूंनी तिच्यापाशी अवाक्षरही काढले नव्हते. तो फार हुशार होता, म्हणे! जगता-वाचता, तर आईबापांचे पांग फेडता! पण दहा वर्षांपूर्वी देवदत्ताला वाचविण्याच्या धडपडीत तो एका अपघातात मृत्युमुखी पडला होता. त्या धक्क्याने बापूंची बायको जी अंथरुणाला खिळली, ती कायमची! या लुळ्या-पांगळ्या सासूची सेवा करायला प्रेमविवाह करून घरात आलेल्या सूनबाई नाखूश आहेत, हे पाहून बापूंनीच थोरल्या मुलाला मुंबईला पाठवून दिले होते. जुन्या नोकरा-चाकरांकडून वसूने ऐकलेल्या या गोष्टी जेव्हा नंदाला कळल्या, तेव्हा तिच्यापुढे एकच प्रश्न उभा राहिला–असा देवमाणूस अगदी जवळ असताना आपले दुःख त्याला सांगायची आणि त्याचे दुःख हलके करायची इच्छा वसूला का होऊ नये? या प्रश्नाने ती बेचैन होई. काही केल्या त्याचे उत्तर तिला सापडत नसे.

मात्र संध्याकाळच्या बापूंच्या आणि सावित्रीबाईंच्या सहवासातल्या चार घटका

तिला मोठा दिलासा देत. दिवसभर उन्हा-तान्हातून चालून आलेल्या प्रवाशाला गंगास्नान घडावे, तसे तिला होई. कसे शीतळ, निर्मळ वाटे! आईचा निरोप घेऊन बापूंच्या घरून परत येताना न-कळत 'मोगरा फुलला, मोगरा फुलला,' हा चरण ती गुणगुणू लागे.

तथापि, एक गोष्ट तिच्या लक्षात येऊन चुकली होती. जहागिरदारांचा विषय निघाला, की बोलके बापू अबोल होत. त्यांच्याकडून एखाद-दुसऱ्या वाक्याचेच उत्तर मिळे. अंधाऱ्या खोलीत उन्हाचा अंधूक कवडसा कुठे तरी पडावा, तो इवलासा सोनेरी प्रकाश सुरेख दिसावा, पण खोलीतला काळोख उजळून टाकण्याची शक्ती त्याच्या अंगी असू नये, तसे बापूंचे उत्तर तिला वाटे.

तीन-चार दिवसांत बापूंकडून कणा-कणाने जे तिला कळले, ते एवढेच होते– देवदत्ताचे वडील बापूंचे चांगले मित्र होते. ते मुळीच वेडसर नव्हते. ते होते दत्तक. बाळपण फार गरिबीत गेल्यामुळे त्यांचा स्वभाव चमत्कारिक झाला असावा! या तऱ्हेवाईकपणामुळे तरुण वयातच ते बुवा-बैराग्यांच्या नादाला लागले. आत्महत्येचे वेडही त्यांच्या डोक्यात शिरले! मात्र आश्चर्याची गोष्ट म्हणजे, आत्महत्येनंतर त्यांचे प्रेत चंदनगडाच्या आसपास कुठेही सापडले नाही! आत्महत्येच्या पत्राबरोबर त्यांनी देवदत्ताच्या नावाचे एक पत्रही बापूंच्याकडे पाठवून दिले होते. त्या पत्रावर 'माझ्या मृत्यूनंतर वीस वर्षांनी चिरंजीव देवदत्त यास देणे' एवढेच शब्द होते. बापूंनी ते पत्र वीस वर्षे जिवापलीकडे जपून ठेवले; आणि तीन-चार महिन्यांपूर्वी देवदत्ताला दिले.

देवदत्ताच्या वडिलांविषयी एवढे तरी तिला कळले; पण त्याच्या आईविषयी तिने काही विचारले, की बापू चटकन विषय बदलीत. शेवटी देवदत्ताविषयी नंदाने अगदी खोदून-खोदून प्रश्न केले, तेव्हा बापू म्हणाले,

'चपळ घोड्यावर मांड ठोकून बसणारा कुणी तरी असावा लागतो. तसा स्वार नसला, की घोडा उधळतो!'

शनिवारी संध्याकाळी बापूंच्या या सूचक बोलण्याचा विचार करीतच नंदा सावित्रीबाईंना म्हणाली,

'आई, येते हं.'

तिने त्यांना नमस्कार केला.

इतक्यात बापू उद्गारले,

'सावित्री, खरा म्हातारा झालो हं मी! कसलीच आठवण राहत नाही आता!'

लगेच खुंटीला लावलेल्या कोटाकडे ते गेले. त्यातून एक पत्र बाहेर काढून त्यांनी ते नंदाच्या हातात दिले. तिने वरचे अक्षर पाहिले. पत्र देवदत्ताचे होते.

३८

परत येताच नंदा तडक आपल्या खोलीत गेली, दिवा लावून ते पत्र वाचू लागली.

पत्राच्या प्रारंभी घाई-घाईने 'प्रिय नंदा' अशी अक्षरे लिहिलेली दिसत होती. मागाहून ती खोडून टाकली असावीत! पत्रात एवढाच मजकूर होता :

काल रात्री मी परत आलो. सकाळी मोठ्या आशेने लायब्ररीत गेलो; पण तुम्ही लायब्ररीत आला नाही. किती अधीरतेने तुमची वाट पाहिली मी! मीच नाही! चंचलनंही. तुम्ही माझ्यावर रागावला आहात. होय ना? का वसूनं राक्षसांच्या गुहेचं तुम्हांलाही भय घातलंय्? मी मनकवडा नाही. पण तुम्ही भित्र्या नाही, असं माझं मन मला सांगतंय्!

चंचल माझी खरीखुरी मैत्रीण आहे. पण ती फक्त डोळ्यांनी बोलते. तुम्ही आयुष्यात आलात. एक बोलकी मैत्रीण मिळाली, म्हणून मी आनंदून गेलो. ज्याच्यापाशी आपलं हृदय उघडं करता येईल, असं माणूस जगात आहे, असं तुमच्याशी बोलताना मला वाटू लागलं. तो सारा भासच होता का?

दोन-चार दिवसांत मी पुन्हा बाहेर जाणार आहे. कधी परतेन, कोण जाणे! कदाचित परत येणारही नाही!

ते जाऊ दे. मी परत आलो, तरी कधी येईन, हे कुणी सांगावं? मी येईपर्यंत तुम्ही इथं असाल, असं थोडंच आहे? जाण्यापूर्वी तुमच्याशी मनमोकळेपणानं बोलावं, असं सारखं वाटतंय्.

उद्या भेटाल? दुपारी तीन वाजता चंदनगडला जाऊ. संध्याकाळी परत येऊ. मात्र माझ्यातल्या राक्षसाचं भय वाटू लागलं असेल, तर हे साहस करू नका. शेवटी या जगात माणूस एकटा–अगदी एकटा आहे, हेच खरं! अश्वत्थाम्याला हेमिंग्वेचा मार्ग मोकळा नाही! पण तो मला आहे, हे माझं केवढं सुदैव आहे!

तुमचा
देवदत्त

३९

पत्र वाचून नंदाच्या मनात विचारांचे काहूर माजले, देवदत्ताबरोबर चंदनगडला जावे, की न जावे? वसूला सांगून जाणे तर अगदी अशक्य. ही गोष्ट तिच्यापाशी काढली, तर ती डोक्यात राख घालून घेईल! पण देवदत्ताशी मोकळेपणाने बोलल्याखेरीज वसूच्या संसाराचे चिखलात रुतून बसलेले चाक वर निघणे शक्य नाही. ही संधी अनायासे आली आहे, तिचा फायदा आपण घेतला पाहिजे, असे तिने शेवटी मनाशी ठरविले.

मात्र दुसऱ्या दिवशी चंदनगडला जाण्याकरिता गाडीत बसल्यावर पुन्हा तिच्या मनातली रस्सीखेच सुरू झाली. देवदत्ताच्या स्वैर वर्तनाचे आणि बेफाम मनोवृत्तीचे वर्णन वसूच्या तोंडून आपण ऐकले आहे. साप सुंदर दिसतो, म्हणून त्याला कुणी कवटाळील का? देवदत्ताबरोबर आपण एकटीने चंदनगडावर जाणे सुरक्षितपणाचे आहे का?

अनेक कुसळे तिच्या मनाला सारखी टोचीत राहिली. 'Live dangerously' हा स्वाक्षरीच्या वहीतला नेहरूंचा संदेश तिला आठवला. पण लगेच तिच्या मनात आले, डोंगराप्रमाणे संदेशही दुरूनच साजरे दिसतात!

ती काहीच बोलत नाही, असे पाहून देवदत्ताने प्रश्न केला,

"आज मौनव्रताचा दिवस आहे, वाटतं?"

नंदाने होकारार्थी मान हलवली.

देवदत्त मोठ्याने हसत उद्गारला,

"तुम्ही उत्तरसुद्धा मौनानंच दिलं."

आता मात्र नंदाला हसू आवरेना. ती उत्तरली,

"ऐकायला आलेय् मी आज. बोलायला नाही."

देवदत्त क्षणभर थांबून म्हणाला,

"ऐकणाराचे दोन वर्ग असतात–कानांनी ऐकणारांचा, नि काळजानं ऐकणारांचा. तुम्ही कुठल्या वर्गात मोडता?"

नंदा चटकन म्हणाली,

"ते तुम्ही आधीच ठरवलंय्. त्याशिवाय का तुम्ही मला इतक्या अगत्यानं बोलावलं असतं?"

गडावर नंदाला घेऊन देवदत्त आपल्या बंगल्यावर गेला. बंगला सुस्थितीत ठेवलेला होता. त्याची देखभाल करणारे नोकर-चाकरही तिथे होते. देवदत्त अधून-मधून एखादा दिवस या बंगल्यात काढतो, हे त्याच्याकडूनच तिला कळले. चहा

घेऊन दोघेही गड पाहायला बाहेर पडली.

अनेक जुने अवशेष पाहत-पाहत दोघेही पूर्वेकडल्या दरवाजापाशी आली. तिथून खाली हिरव्या रंगाच्या विविध छटांनी नटलेला वृक्ष-वेलींचा समुद्र पसरला होता! त्या समुद्रातून दीपस्तंभाप्रमाणे अर्धवट डोके वर काढणारा एक कळस दिसत होता. तो कसला आहे; म्हणून नंदाने विचारले, तेव्हा देवदत्त म्हणाला,

''ते आहे व्याघ्रेश्वराचं देऊळ. वाघाचा उपद्रव होऊ नये, म्हणून भोवतालच्या खेड्यांतले लोक त्याला नवस बोलतात.''

फिरता-फिरता देवदत्त पश्चिमेकडल्या घारकड्याकडे आला. सूर्यास्ताला अजून बराच वेळ होता. पण थंड हवेमुळे ऊन बिलकूल जाणवत नव्हते. घारकडा हा त्या गडाचा सर्वांत उंच असा कडा होता. तो लांब-रुंद, काळाकुट्ट कडा हत्तीच्या सुळ्याप्रमाणे डोंगरातून बाहेर आल्यासारखा दिसत होता. त्या कड्यावर उभी राहून नंदा दोन्ही बाजूंना पाहू लागली.

एखाद्या निद्रित राक्षसिणीप्रमाणे आ वासून पडलेली समोरची खोल, भयाण दरी पाहून तिचे अंग शहारले. देवदत्ताच्या वडिलांनी याच दरीत उडी टाकून आत्महत्या केल्याची कथा तिला आठवली.

तिने त्याच्याकडे पाहिले.

त्याच्या मुद्रेवर कसलीच चलबिचल दिसत नव्हती. जणू समोर पसरलेल्या सृष्टिसौंदर्याच्या सागरावर त्याची दृष्टी एखाद्या नौकेसारखी तरंगत होती. त्या सागराची भीषणता तिला सर्वस्वी अपरिचित होती.

दोघे मागे येऊन एका खडकावर बसली. काही क्षण दोघेही गप्प होती. आपापल्या अंतरंगात बुडून गेली होती. मध्यरात्रीच्या शांत वातावरणाचा भंग करणाऱ्या पक्ष्याच्या चीत्काराप्रमाणे देवदत्ताने एकदम तिला प्रश्न केला,

''तुम्ही माझ्यावर रागावला आहात?''

नंदाने नकारार्थी मान हलवली.

देवदत्त हसला. टाचणीने फुगा फोडून आनंदणाऱ्या खोडकर मुलासारखा!

मग तो म्हणाला,

''वसूनं तुम्हांला सांगितलेलं सारं खरं आहे. आईचा खून करायला मी निघालो होतो, हे सत्य आहे. दारूचा प्याला हा माझा जिगरदोस्त आहे, हे खरं आहे. अगदी परवा-परवापर्यंत तरी तो तसा होता, पण मी असा वेड्यासारखा वाहत का गेलो, हे वसूनं कधी एका शब्दानं तरी मला विचारलं का? सुखदु:खांची भागीदारीण म्हणून ती माझ्या आयुष्यात आली. पण–जगाच्या बाजारात विकत मिळणारी सारी सुखं हवी होती तिला! पण ज्याच्यामुळं ती तिला मिळाली, त्याची– देवदत्त एका खोल, खोल गर्तेत गाडला गेला होता! तिथून त्याला वर काढण्यासाठी ती नुसती

वाकली असती, तिनं आपला हात पुढं केला असता, निदान त्या नरकात तिच्या डोळ्यांतली चार टिपं त्याच्यावर पडली असती, तर–''

सुस्कारा सोडून तो पुढे म्हणाला,

''मी कुणापाशी जन्म मागितला नव्हता; पण तो मला मिळाला! मला व्यसनी व्हायचं नव्हतं; पण मी वाहत गेलो! वसूबरोबर मला सुखानं संसार करायचा होता. पण–''

चारी दिशांना दूर-दूर पसरलेल्या निर्विकार आकाशाकडे टक लावून पाहत तो उद्गारला,

''असं झालं असतं, तर! जर आणि तर ही दैवाच्या रथाची चक्रं आहेत. माझ्यासारखी माणसं त्या चाकांना बांधलेली असतात–धुळीतून, खाच-खळग्यांतून फरफटत जाणं एवढंच त्यांच्या ललाटी लिहिलेलं असतं!''

तो एकदम थांबला. वळवाच्या पावसासारखा! त्याने तसेच बोलत राहावे, आणि त्याची सारी कहाणी ऐकल्यावर मग आपण बोलावे, म्हणून नंदा स्तब्ध राहिली; पण पृष्ठभागावर आलेल्या देवमाशाने पुन्हा समुद्रात खोल बुडी मारावी, तसा तो कुठल्या तरी जुन्या दुःखद आठवणीत नाहीसा झाला. जणू नंदा, वसू, घारकडा, चंदनगड हे सारे एक स्वप्न होते– आणि त्या स्वप्नातून तो जागा होऊ पाहत होता.

तो काहीच बोलत नाही, असे पाहून नंदाने आपुलकीने ओथंबलेल्या स्वराने प्रश्न केला,

''पण तुमच्यासारख्यानं हे व्यसन स्वतःला कसं जडू दिलं?''

देवदत्ताच्या मुद्रेवर कोमेजू लागलेल्या फुलासारखे उदास स्मित उगवले आणि मावळले. तो थंडपणाने म्हणाला,

''वसूनं मला हा प्रश्न विचारला असता, तर?''

लगेच तो मोठ्याने हसत उद्गारला,

''जर आणि तर! मनुष्य हा किती आशाळभूत प्राणी आहे, हे सिद्ध करण्यापलीकडे या शब्दांचा काही उपयोग नाही! ते जाऊ दे! दारूचं व्यसन मला कसं लागलं, हे मी तुम्हांला सांगितलं, तर तुमचा विश्वास बसणार नाही माझ्यावर! मद्याचा पहिला पेला माझ्या हातात कुणी दिला असेल? तुम्ही विदुषी आहात. गडकऱ्यांचं नाटक वाचलं आहे ना तुम्ही?''

''कुणी तरी व्यसनी मित्रानं!''

देवदत्त विकट हास्य करीत उद्गारला,

''चूक! साफ चूक! प्रत्यक्ष जन्म देणाऱ्या आईनं!''

''आईनं?'' उंच कड्यावरून खाली लोटल्या जाणाऱ्या माणसासारखा नंदाच्या

तोंडून कातर उद्गार निघाला. “सख्ख्या आईनं?” न-कळत तिच्या तोंडून शब्द गेले.

होकारार्थी मान हलवीत देवदत्त म्हणाला,

“सख्ख्या आईनं ज्याच्या हातात हा दारूचा प्याला दिला, तो पोरगा केवळ दहा वर्षांचा होता!”

जखमी पाडसाकडे हरिणीने पाहावे, तसे नंदाने देवदत्ताकडे एक दृष्टिक्षेप केला. लगेच तिने आपले तोंड झाकून घेतले. कुणी तरी आपल्याला पोत्यात घालून त्याचे तोंड घट्ट शिवले आहे, आणि समुद्रात सोडलेले ते पोते हळूहळू खाली जात आहे, असा तिला भास झाला. सत्याचे हे दर्शन किती अमंगळ, किती भयप्रद होते. न-कळत तिच्या कंठातून एक हुंदका बाहेर पडला.

४०

ती सुन्न होऊन बसली. मान वर करून देवदत्ताकडे पाहण्याचा धीर काही केल्या तिला होईना! जणू काही तिच्या हातूनच तो घोर अपराध घडला होता! तिला सारखे वाटत होते, देवदत्ताच्या तोंडून आपण जे ऐकले, तेच एक भयंकर स्वप्न ठरेल, तर किती बरे होईल! पण ते स्वप्न नाही, याची क्षणाक्षणाला तिला जाणीव होत होती. घारकड्यावरून येणारा वारा अधिक थंडगार वाटू लागला होता. ऊन्ह मलूल झाल्यासारखे भासत होते. जणू काही नंदाच्या दु:खी मनाचे सृष्टीच्या आरशात पडलेले ते प्रतिबिंब होते.

दहा वर्षांच्या पोटच्या पोराला सख्खी आई दारूचे व्यसन लावते! हे शक्य आहे का? छे! नंदाला माईची आठवण झाली. लहानपणी माईने रागाच्या भरात आपल्या अंगाला हात लावला, तरी नंतर ‘माझा, मेलीचा, रागच मोठ्ठा वाईट आहे!’ असे ती दिवसभर घोकत राही. शेखर गेल्यापासून आपण अगदी वेड्यासारख्या वागत होतो. पण माईला एकच चिंता होती–नंदा पहिल्यासारखी कधी हसाय-खेळायला लागेल? आईचे मन हे असे अमृतात नाहून आलेले असते! पण देवदत्ताचा अनुभव? बनावट कथा रचून आपल्या दुर्वर्तनाचा दोष तो आईवर लादीत असेल का?

धुळीच्या वादळात सापडलेले पान भिरभिरत कुठे तरी जावे, तशी नंदाच्या मनाची स्थिती झाली.

ती काहीच बोलत नाही, असे पाहून देवदत्ताने आवेगाने प्रश्न केला,

“माझी कर्मकथा तुम्हांला खरी वाटत नाही?”

तरीही नंदा काही बोलली नाही.

देवदत्त ताडकन उठला आणि म्हणाला,

"जगातल्या एका माणसाचा तरी विश्वास मला हवाय्! त्याशिवाय जगणं–बोला! अशा घुम्या राहू नका."

त्याचा आवाज अधिक घोगरा होत असल्याची जाणीव नंदाच्या कानांना झाली. पण तिच्या तोंडून शब्द बाहेर फुटेना.

समोर उभ्या असलेल्या देवदत्ताची पावले एकदम दिसेनाशी झाली. भयभीत दृष्टीने तिने वर पाहिले. तो कड्याच्या टोकाकडे चालला होता! धीम्या पावलांनी, रुबाबात. सिंहासनावर बसायला निघालेल्या राजपुत्रासारखा!

सारे बळ एकवटून ती त्याच्याकडे धावली, आणि त्याचा हात घट्ट धरून ती म्हणाली,

"काय आरंभलंय् हे तुम्ही?"

तो शांतपणाने उत्तरला,

"सत्य भित्रं नसतं, हे सिद्ध करून दाखविणार आहे मी तुला!"

त्या व्यग्र आणि व्याकूळ मनःस्थितीतही त्याने पहिल्यांदाच आपल्याला उद्देशून 'तुला' हा शब्द वापरला, हे तिच्या लक्षात आल्यावाचून राहिले नाही. काळोखात पायात रुतलेल्या काट्याने विव्हळ झालेल्या स्थितीतही आभाळात लुकलुकणाऱ्या चांदणीचा दिलासा मिळावा, तसा त्या आपुलकीच्या शब्दाचा तिच्या मनावर परिणाम झाला. त्याचा हात अधिकच घट्ट धरीत ती म्हणाली,

"काय करणार आहात तुम्ही?"

तिचा हात झिडकारण्याचा प्रयत्न करीत तो उद्गारला,

"सरळ खाली उडी टाकणार! मग बसेल विश्वास माझ्या बोलण्यावर?"

दोन्ही हातांनी त्याचा हात घट्ट धरीत नंदा निग्रहाने म्हणाली,

"असलं भलतंसलतं बोलू नका!"

तिने त्याच्याकडे पाहिले.

त्याचा चेहरा उग्र झाला होता. नजर कुठे तरी शून्यात लागली होती!

एखाद्या वेड्यासारखा तो ओरडला,

"सोड, मुकाट्यानं माझा हात सोड. नाही तर माझ्याबरोबर या खालच्या दरीत तुझ्या चिंधड्या-चिंधड्या होतील!"

बोलता-बोलता तो नंदाकडे रोखून पाहू लागला. त्याच्या नजरेत निखारे फुलले होते!

नंदाचे हात कापू लागले. त्याचे तळवे घामेजले; पण तिने ओठ घट्ट दाबून धरले. राखेत लपलेला अग्नि-स्फुलिंग फुलावा, तसा आता तिच्या मुद्रेवर करारीपणा दिसू लागला. तिच्या हातांना जोराचा हिसडा देत देवदत्त म्हणाला,

"सोडणार नाहीस तू मला?"

ती निश्चयी स्वराने उत्तरली,

"नाही–नाही–नाही!" मग आवंढा गिळून मृदू स्वराने ती म्हणाली, "मीही येणार आहे तुमच्याबरोबर!"

"कुठं?"

"त्या दरीत! हवं तर स्वर्गातसुद्धा!"

"स्वर्गात देवदत्ताला जागा नाही! त्याच्याबरोबर ज्याला यायचं असेल, त्याला नरकातच–"

नंदा उत्तरली,

"तिथंही मी येईन. पण तुमचा हात सोडणार नाही."

४१

देवदत्त खाली पाहू लागला. नंदाने अशी खाली वळलेली त्याची दृष्टी केव्हाच पाहिलेली नव्हती. नेम धरलेल्या बंदुकीप्रमाणे ती दुसऱ्यावर नेहमी रोखलेली असायची!

आपल्या हातातला त्याचा हात थरथरत आहे, असा तिला भास झाला. त्याच्या उद्दाम मनाच्या जहरी लहरीवर आपण या क्षणापुरता तरी विजय मिळविला, हे तिच्या ध्यानी आले.

त्याचा हात न सोडता ती परत वळली. त्याच क्षणी कुणीतरी घाईघाईने घारकड्याकडे येत आहे, असे तिला दिसले.

तिने झटकन देवदत्ताचा हात सोडला.

ती दोघे थोडी पुढे आली, न आली, तोच गंगाराम त्यांच्याजवळ येऊन पोहोचला. मुजरा करून त्याने एक चिठ्ठी देवदत्ताच्या हातात दिली.

त्याने ती वाचली. लगेच तिचे तुकडे करून ते वाऱ्यावर फेकून दिले. दूर उडत जाणाऱ्या त्या तुकड्यांकडे पाहत तो म्हणाला,

"मला सवड नाही, म्हणून सांग त्यांना!"

गंगाराम मुजरा करून निघून जाताच नंदा म्हणाली,

"काही घाईचं काम असलं, तर–"

मघाच्या खडकावर येऊन बसत देवदत्त म्हणाला,

"दोस्त आलेहेत माझे गडावर! पण माझ्या कोशातल्या शब्दांचे अर्थ बदलायला लागले आहेत, त्याला मी काय करू? दोस्त म्हणजे दुश्मन! मजा करायला आली

आहेत ही मंडळी! करू देत बापडी! मला दुःख होतं, ते एका गोष्टीचं. ही सारी दुतोंडी आहेत. यात दहाचा आकडा असलेला नाग एकसुद्धा नाही.''

किंचित थांबून तो विषण्ण स्वरात उद्गारला,

''त्यांच्या गळ्यात गळा घालून परवापर्यंत मी जगत होतो!''

हा अप्रिय विषय बदलला पाहिजे, हे नंदाच्या ध्यानात यायला वेळ लागला नाही. सहज सुचल्यासारखे दाखवीत ती त्याला म्हणाली,

''देवदत्त, तुम्ही लिहिलेली ती अश्वत्थाम्याची कहाणी माझ्या मनात सारखी घोळतेय्! या जगात मनुष्य अगदी एकाकी असतो, हे खरं आहे का? त्याला जिवा-भावाचं कुणी माणूस कधी मिळतच नाही? आई, बाप, बहीण, भाऊ, बायको–''

देवदत्त उत्तरला,

''वडिलांच्या मायेची एकही आठवण माझ्यापाशी नाही. पुसट आठवतात, ते त्यांचे वेडेविद्रे, बुवा-बैरागी! मला मित्र मिळाले, ते–गुळाला चिकटलेले मुंगळे पाहिले आहेस तू, नंदा? हां! एक–अवघा एक अपवाद होता. बापूंचा धाकटा मुलगा मोहन! सतार काय सुरेख वाजवीत असे! तो गेला, आणि माझी सतार मुकी झाली! त्याच्या मायेची आठवण झाली की, अजून काळजात चर्रर होतं. माझे सारे दुर्गुण त्याला ठाऊक होते, तरी त्यानं माझ्यावर प्रेम केलं. झिंगलेला देवदत्त मोटारीखाली सापडत होता. त्याला वाचवायला तो गेला–''

बोलता-बोलता देवदत्ताचा कंठ सद्गदित झाला. त्याने आपली दृष्टी दुसरीकडे वळविली.

डोळ्यांत उभे राहिलेले पाणी आपल्याला दिसू नये, अशी त्याची इच्छा असावी, हे नंदाने ओळखले.

आता परतायची गोष्ट काढावी, असे नंदा मनात म्हणत होती. इतक्यात 'सरकार', 'भाईसाहेब', 'देवदत्त' अशा हाका मागून ऐकू आल्या. दोघेही लगबगीने उठली.

वळून पाहत देवदत्त म्हणाला,

''हे आमचे दोस्त येताहेत–वकील, डॉक्टर, कॉन्ट्रॅक्टर, देशभक्त! या दोस्तांना आता सांगून टाकतो, की मला ही नवी मैत्रीण मिळाली आहे, यापुढं तुमचं तोंडसुद्धा पाहायची इच्छा नाही माझी!''

त्याच्या या पवित्र्याने नंदा मनात भिऊन गेली. समाजाच्या काकदृष्टीची जाणीव असणारी तिच्यातील स्त्री जागी झाली. त्याच्यापासून दूर होत ती म्हणाली,

''माझ्या गळ्याची शपथ आहे तुम्हांला. असलं काही बोलू नका या वेळी. घटकाभर चला तुम्ही. त्यांच्याबरोबर गेला नाही, तर ही मंडळी उद्या माझ्याविषयी नाही-नाही त्या कंड्या पिकवतील! मला विलासपुरात राहणं कठीण करून टाकतील.''

४२

देवदत्त आणि त्याचे दोस्त यांच्या पाठमोऱ्या आकृती दिसेनाशा होईपर्यंत नंदा त्यांच्याकडे पाहत उभी राहिली. मग ती मोठ्या समाधानाने खडकावर बसली. भोवताली उगवलेल्या गवताच्या नाजूक हिरव्या पात्यांना कुरवाळू लागली.

देवदत्ताबरोबर चंदनगडला जायचा निर्णय घेतल्यापासून तिच्या मनावर एक मोठे अनामिक दडपण येऊन पडले होते. तो आपल्याशी कसा वागेल, आपल्या प्रश्नांची तो सरळ उत्तरे देईल, की नाही, याविषयी तिला सारखी शंका वाटत होती. आता तिच्या मनावरले ते ओझे कुठल्या कुठे उडून गेले. शेवटचा पेपर टाकून परीक्षेच्या मंडपातून बाहेर पडणाऱ्या विद्यार्थ्यासारखे तिला हलकेहलके वाटू लागले.

देवदत्ताच्या तोंडून किती तरी गोष्टी तिला कळल्या, त्याच्या विचित्र वागणुकीचे रहस्य थोडे-फार उलगडले, त्या सर्व दुव्यांची साखळी जुळविण्यात ती गढून गेली.

वयाच्या दहाव्या वर्षी सख्खी आई ज्याला दारूचे व्यसन लावते, त्याचा जगावरला विश्वास उडून गेला, तर त्यात नवल कसले? पित्याचे प्रेम ज्याच्या वाट्याला आले नाही, आईने एका भयानक व्यसनाचे गुलाम बनविले, अशा माणसाचे मन मायेच्या ओलाव्यासाठी, निरपेक्ष प्रेमाच्या साक्षात्कारासाठी किती हपापले असेल! समुद्राच्या भरतीसारखी सारे-सारे पोटात घालणारी माया वसू त्याला देऊ शकली नाही! उन्हाळ्याच्या कडाक्याने, तहानलेल्या जमिनीने आशाळभूतपणाने आभाळाकडे पाहावे, आणि वर भरलेल्या ढगांनी नुसते चार शिंतोडे टाकावेत, तशी देवदत्ताच्या मनाची स्थिती झाली आहे; हे आता तिला कळून चुकले. वसू त्याच्या आयुष्यात आली; पण एक सुंदर, यांत्रिक बाहुली म्हणून! त्याला बाहुली नको होती. त्याच्या हृदयातली शल्ये हळुवार हाताने दूर करणारी, आपल्या प्रेमाच्या सामर्थ्याने व्यसनाच्या मगरमिठीतून त्याला मुक्त करणारी, 'तू कसाही असलाही, तरी माझा आहेस,' या शब्दांनी त्याच्या मृतप्राय मनाला संजीवनी देणारी मैत्रीण त्याला हवी होती! आईच्या ज्या मायेला तो मुकला होता, ती त्याला वसूकडून हवी होती! पण स्वतःच संगमरवरी पुतळी होऊन बसलेली वसू ती द्यायला असमर्थ ठरली.

नंदा देवदत्ताबरोबर आली होती, ती त्याच्या वर्तनाचा जाब विचारायला! मनामध्ये सारखी वसूची वकिली करीत! पण देवदत्ताच्या तोंडून जे विलक्षण रहस्य बाहेर पडले, त्याने हे सारे पार बदलून गेले. सहानुभूतीची अधिक गरज कुणाला

असेल, तर ती देवदत्ताला आहे, हे आता नंदाच्या लक्षात येऊन चुकले. पहिल्या दिवशी विचित्र वाटलेले त्याचे ते बोलणे, काळोखातल्या विजेच्या चमकाऱ्यांसारखे भासणारे त्याच्या लेखनाचे तुकडे, मस्तकातल्या जखमेने अस्वस्थ होऊन भटकत राहिलेला तो एकाकी अश्वत्थामा, त्याच्या दिवाणखान्यातली ती सतार, ती बंदूक, त्या हेमिंग्वे आणि विवेकानंद यांच्या प्रतिमा, चंचलशी हितगूज करता-करता 'तुझ्याशिवाय मला फक्त एकच मित्र आहे. तो म्हणजे मृत्यू!' हे त्याने सहज काढलेले उद्गार, या साऱ्यांची संगती तिला लागली.

पश्चिमेकडे लहान-मोठे ढग जमू लागले. दिवसभर चालून थकलेला सूर्य मंद पावलांनी क्षितिजाची उतरण उतरत होता. चित्रकाराने भल्या मोठ्या फलकावर निरनिराळ्या रंगांचे फटकारे मारायला सुरुवात करावी, तशी पश्चिम दिशा दिसू लागली. ढगांवर भगवे, गुलाबी, सोनेरी रंग चढू लागले.

समोरचे ते सुरेख रंग पाहता-पाहता तिला मघाच्या देवदत्ताच्या स्पर्शाची आठवण झाली. त्या क्षणी आपले मनही असेच रंगले होते, असे तिला वाटले. ते चित्र तिच्या डोळ्यांपुढे उभे राहिले.

देवदत्त कड्याच्या टोकाकडे गेला, तेव्हा आपला जीव खाली-वर झाला. आपण धावत त्याला धरायला गेलो. त्याचा हात घट्ट धरला. हे सारे सहज घडले. क्षणार्धात! पण दुसऱ्याच क्षणी त्याच्या बळकट हाताची ऊब आपल्याला जाणवली. त्याचा तो स्पर्श किती सुखद होता! कसलाही उन्माद नव्हता त्यात! पण आपुलकी? ती एखाद्या कारंजाप्रमाणे उचंबळून येत होती. त्या आपुलकीमुळेच इथे येईपर्यंत आपल्याला अहो-जाहो म्हणणाऱ्या देवदत्ताच्या तोंडून 'नंदा' अशी एकेरी हाक आली. पुढे तो बोलत राहिला, तोही तसाच! जणू आपल्याला तो लहानपणापासून ओळखत होता. आपण दोघे एकत्र खेळलो होतो. बरोबर शाळेत गेलो होतो. चिमणदातांनी सुरेख वास येणाऱ्या पेरूचे तुकडे काढून एकमेकांना दिले होते. त्या एका स्पर्शाने दोघांमधली परकेपणाची भिंत क्षणार्धात कोसळून पडली होती. देवदत्त एकाकी राहिला नव्हता!

समोरचे सारे ढग रंगपंचमी खेळू लागले. घारकड्यापलीकडे पसरलेल्या वृक्षवेलींच्या हिरव्या समुद्रावर काळसर तरंग उठू लागले. रात्र लगबगीने पृथ्वीवर उतरत आहे, आणि तिच्या आगमनाची पूर्वसूचना संध्याकाळच्या वाढत्या सावल्या देत आहेत, याची जाणीव होताच नंदा दचकली. घरी न सांगता मैत्रिणीबरोबर नाटकाला आलेल्या मुलीला रंगभूमीवरल्या अद्भुतरम्य सृष्टीत रमताना, वास्तवाच्या मर्यादांचा विसर पडावा, तसे तिचे झाले होते; पण नाटक संपल्यावर घरी जाताना त्या मुलीचे पाय लटपट कापू लागतात! नंदाही अशी अस्वस्थ झाली. तिचा सारा उत्साह मावळला. बाहेरच्या सृष्टीप्रमाणे तिचे मनही काळवंडू लागले.

वसूला न सांगता आपण आलो आहोत. एव्हाना आपण विलासपूरला परत जायला हवे होते! देवदत्ताचा अजून पत्ता नाही! आपल्याला परतायला उशीर होणार, हे आता उघड आहे. 'कुठं गेली होतीस?' म्हणून वसू आपल्याला तिरसटपणाने विचारील. देवदत्ताकडून जे ऐकले आहे, ते लक्षात घेऊन आपण तिच्याशी बोलू लागलो, तर आक्रस्ताळेपणाने ती सारा बंगला डोक्यावर घेईल! आपल्यावर नाही-नाही ते आरोप करील!

बाहेरच्या काळोखापेक्षा या गोष्टीची तिला अधिक भीती वाटू लागली. छे! देवदत्ताची वाट पाहत इथे बसण्यात अर्थ नव्हता. तिने डोळे भरून त्या भीषण दरीवर पसरलेल्या मावळल्या संध्येच्या सौंदर्याचा निरोप घेतला. ती वळली. बंगला गाठण्याकरिता लगबगीने चालू लागली. वाटेतच गंगाराम तिला भेटला. परत जाण्यासाठी देवदत्ताने आपल्याला बोलावले असेल, असे वाटून तिचे मन शांत झाले.

"काय, रे, परत जायचं ना?"

गंगाराम अदबीने उतरला,

"इतक्यात नाही, बाईसाहेब!"

तिने आश्चर्याने विचारले,

"म्हणजे?"

"सरकार परत आले नाहीत अजून!"

"कुठं गेले आहेत?"

"व्याघ्रेश्वराच्या देवळाकडे! वकीलसाहेब, डॉक्टरसाहेब, सारेच गेले आहेत!"

थांबलेली वेदना पुन्हा सुरू व्हावी, तसे नंदाचे झाले. काही न बोलता तिने गंगारामकडे पाहिले. तो गालांतल्या गालांत हसत आहे, असा तिला भास झाला. त्या भासाने ती अधिकच अस्वस्थ झाली.

४३

नंदाने मनगटावरल्या घड्याळाकडे पाहिले. एव्हाना नऊ वाजून गेले असतील, असे तिला वाटत होते; पण घड्याळात साडे-सातच झाले होते. बंगल्यावर आल्यापासून देवदत्ताची वाट पाहत किती तरी वेळ ती पायऱ्यांवर उभी राहिली. काळोख केव्हाच पडला होता; पण देवदत्त परत येण्याचे लक्षण दिसेना! तिला त्याचा राग आला. संध्याकाळी तिला विलासपूरला परत पोहोचवायचे त्याने वचन दिले होते. त्याची त्याला आठवणसुद्धा नसावी, याचे तिला दुःख झाले.

ती उद्वेगाने आत गेली. गंगारामाने देवदत्ताची खोली तिला उघडून दिली. ती आत जाऊन बसली. रंगभूमीवर भयंकर नाटक सुरू असावे आणि एखाद्या प्रेक्षकावर क्षणार्धात त्या नाटकात भाग घ्यायची पाळी यावी, तसे तिला वाटू लागले.

तीन-चार महिन्यांपूर्वी तिला चंदनगडाचे नावसुद्धा ठाऊक नव्हते. देवदत्त नावाचा कुणी दुर्दैवी तरुण अस्तित्वात आहे, याचीही तिला दाद नव्हती! आणि आज ती चंदनगडावरल्या बंगल्यात देवदत्ताची अधीरतेने वाट पाहत बसली होती. मधेच तिच्या मनात आले, 'मला एकटीला विलासपूरला पोचीव, नि मग आपल्या मालकाला न्यायला परत ये,' असे गंगारामला सांगावे. पण आता त्याचा काय उपयोग होता? आपला पत्ता नाही, म्हणून वसूने तिकडे थैमान मांडले असेल! कुणाला तरी बापूंच्या घरी आपला शोध करायला पाठविले असेल! कदाचित देवदत्ताच्या नोकरा-चाकरांकडे तिने चौकशी करविली असेल. आपण देवदत्ताबरोबर चंदनगडला गेलो आहे, हे कळूनही चुकले असेल तिला! तिच्या मनाने या साध्या गोष्टीवर तर्कटेही रचली असतील. आपण आत्ता गेलो काय, आणि देवदत्त परत आल्यावर गेलो काय, दोन्ही हिशेब सारखेच! पण देवदत्त आणि त्याचे दोस्त व्याघ्रेश्वराच्या देवळात इतका वेळ काय करताहेत?

या प्रश्नाचे उत्तर एखाद्या भुताप्रमाणे तिला भेडसावू लागले. मन चिंती, ते वैरी न चिंती, अशी तिची स्थिती झाली. मिनिटकाटा तासकाट्याइतका सावकाश चालत आहे, असे तिला वाटू लागले.

तिने खोलीत चोहींकडे पाहिले.

खोलीतले सारे कसे सुंदर आणि नीट-नेटके होते. पलंगासमोर वधःस्तंभावर लटकलेल्या ख्रिस्ताचे पूर्णाकृती चित्र होते. चित्र सुरेख होते, पण नंदाला त्याच्याकडे फार वेळ पाहवेना.

तिने दुसरीकडे दृष्टी वळविली.

त्या कोपऱ्यात बंदूक ऐटीने उभी होती. बंदुकीकडे दृष्टी जाताच देवदत्ताची सतत मृत्यूचा विचार करणारी मूर्ती तिच्या डोळ्यांपुढे उभी राहिली. मघाशी किती निर्भयपणे तो कड्याच्या टोकापर्यंत गेला होता.

या अप्रिय विषयाचा विसर पडावा, म्हणून ती पलंगावर पडलेली पुस्तके चाळू लागली. त्यांतल्या एका पुस्तकाचे नाव होते 'ज्वाला आणि फुले'. नंदा ते उघडून पाहणार होती. इतक्यात त्या पुस्तकाच्या खाली असलेले काही कागद तिला दिसले. आपल्या मनोगताला वाचा फोडण्याकरिता देवदत्त लेखन करीत असतो, हे तिला आता चांगले ठाऊक झाले होते. तिचे कुतूहल चाळवले गेले. ते कागद उचलून ती वाचू लागली :

...बलसाडला पहाटे पाहिलेला तो पौर्णिमेचा चंद्र! सारी आंबराई चांदण्याची गर्भरेशमी शाल पांघरून झोपली होती. निरागस तान्ह्या मुलासारखी– निरिच्छ साधूसारखी. जग पहिल्यांदा निर्माण झाले, तेव्हा ते असेच होते का? शांत, सुंदर, निष्पाप! मग त्या शांतीचा भंग कुणी केला? जगाला कुरूप कुणी बनविले? त्याला पापाच्या गर्तेत कुणी ढकलले? मनुष्याने? पण या मनुष्यानेच महाभारतासारखे ग्रंथ लिहिले आहेत. वेरूळच्या लेण्यांसारखी अद्भुतरम्य स्वप्ने साकार केली आहेत. कैलास-लेण्याच्या ललाटावर रेखलेली ती शुक्लपक्षातली चंद्रकोर– जणू भगवान शंकरच त्या लेण्याच्या रूपाने समाधी लावून बसले होते! जोपर्यंत वाचायला महाभारत आणि पाहायला कैलास लेणे आहे, तोपर्यंत या जगात जगण्यासारखे काही तरी खचित आहे!

...ताजमहालासमोर मी उभा होतो. पुष्कळ वाचले होते त्याच्याविषयी; पण कैलास-लेण्यासारखे काही अद्भुत जाणवले नाही! मनाचे पाखरू पिंजऱ्यातून उडून झाडावर बसले; पण निळ्या आकाशात ते उडेना! निराळ्याच कल्पनांचे तांडव मनात सुरू झाले. मुमताजवर शहाजहानचे अतिशय प्रेम होते. म्हणून त्याने तिची ही अमर कबर बांधली; पण शहाजहानला आणखीही पुष्कळ बेगमा होत्या. त्यांपैकी दुसऱ्या कुणावरही त्याचे प्रेम नव्हते? मग आपल्या जनानखान्याच्या गोठ्यात त्याने त्या मुक्या गाई बांधून ठेवल्या तरी कशाला? खरंच, प्रेम म्हणजे काय? यौवन आणि सौंदर्य यांच्या संगमावर जाणवणारा क्षणभंगुर दिव्य भास? की ज्याच्या पाकळ्यांना संध्येचे रंग आहेत, आणि ज्याच्या अंतरंगात कस्तूरीचा वास आहे, असे अमर फूल? छे! या प्रश्नांचे उत्तर शहाजहानशी बातचीत केल्याशिवाय आपल्याला मिळणार नाही; पण ते कसे शक्य आहे? माणसाला भूतकाळात जाता येत असते, तर मार्को पोलोपेक्षाही अधिक धाडसी प्रवासी झालो असतो मी! जीवनाचा अर्थ कळावा, म्हणून मी बुद्धाला, ख्रिस्ताला, व्यासाला, चार्वाकाला, शेक्सपिअरला, तुकारामाला आणि अशा अनेकांना भेटलो असतो. प्रश्नामागून प्रश्न विचारून त्यांना सतावून सोडले असते!

...हरिद्वारला गंगेच्या विशाल पात्रात किती तरी वेळ पाय सोडून बसलो होतो. असे विशाल हृदय निसर्गाने मानवाला का दिले नाही? गंगामाईकडे पाहताना साऱ्या सृष्टीतली करुणा–पाप, ताप, व्याप नाहीशी करणारी करुणा–मूर्तिमंत पुढून वाहत आहे, असा भास झाला मला! हेमिंग्वेने उगीच बंदुकीने आत्मघात करून घेतला. त्याने गंगामाई पाहिली नव्हती! या जगाचा निरोप घेताना एवढा गदारोळ कशाला करायला हवा? आईच्या मांडीवर बाळ झोपी जाते ना? तशी मृत्यूच्या मांडीवर

मस्तक टेकून ज्याला चिरनिद्रा घ्यायची असेल, त्याने गंगामाईकडे यावे! मलाही तो मोह झाला! मी काही पायऱ्या उतरलो. पण– मी भित्रा आहे का? शिकार करताना ज्यानं मला पाहिलंय्, असा माझा शत्रूसुद्धा ही शंका घेणार नाही! मग मी का परतलो? मला मोह आहे? कशाचा! या साडे-तीन हात देहाचा? उपभोगाने बेचव झालेल्या त्याच-त्याच क्षुद्र, क्षणिक शरीरसुखांचा? छे! मला तहान लागलीय् निराळ्याच गोष्टीची! निरपेक्ष प्रेमाची! पण असे प्रेम जगात आहे का? का ते शुद्ध मृगजळ आहे?

...लक्ष्मणझूल्याच्या अलीकडली महारोगी भिकाऱ्यांची ती रांग! ती डोळ्यांपुढं उभी राहिली, की अजून अंगावर काटा उभा राहतो! या महारोग्यांच्या थाळ्यांत मी पैसे टाकले; पण त्यांच्याकडे निरखून पाहण्याचा धीर मला झाला नाही. असली भाकड करुणा काय कामाची? त्यांतला एखादा मला मिठी मारायला धावला असता, तर– तर मी दूर पळालो असतो! त्याच्यावर खेकसलो असतो! त्याला शिव्या-शाप मोजले असते!

त्या महारोग्यांसमोरून मी झूल्याकडे गेलो. एखाद्या गुन्हेगारासारखा! पण काळजाच्या आतून कुणी तरी सारखे आक्रोश करीत होते– `But for the grace of God there go I.' 'देवदत्ता, देवाच्या दयेनं तू जहागिरदाराचा मुलगा झालास. निरोगी शरीर तुला मिळालं. नाही तर तू इथंच, या रांगेतच हात पसरून जाणाऱ्या-येणाऱ्याकडे भीक मागत बसला असतास!' जगात किती महारोगी आहेत, किती दीनदलित आहेत, किती दुःखी माणसं आहेत! त्यांचं माझं काहीच नातं नाही का? त्यांच्यासाठी मी काय केलं आहे? काही तरी करावंसं वाटतं. पण दहाव्या वर्षी आईनं दिलेला तो दारूचा प्याला– बाबासाहेबांच्या मृत्यूनंतर वीस वर्षांनी बापूंनी दिलेलं त्यांचं ते भयंकर पत्र– हे सारं सारं माझ्या मेंदूच्या चिंधड्या करीत आहे. माझं काळीज गोठवून टाकीत आहे. ही भूतकाळातली भुतं माझ्या मानगुटीवर बसली आहेत. त्यांना गाडून टाकणारा मांत्रिक–

लक्ष्मणझूल्यापाशी पोहोचलो. नंदाची एकदम आठवण झाली. एकदाच भेटली ती. पण एकदाच चमकून गेलेल्या विजेला आषाढातल्या अमावास्येचा अंधार काही-केल्या विसरू शकत नाही!

मी परत जाईन, तेव्हा विलासपुरात ती असेल का?

वसू माझ्या आयुष्यात येण्यापूर्वी नंदा का आली नाही?

कुणाला विचारू हा प्रश्न? कोण देईल याचं उत्तर? चंद्र, कबर, गंगा आणि महारोग यांचं नातं ज्याला सांगता येईल, तोच या प्रश्नाचं उत्तर देईल!

४४

'वसूच्या आधी नंदा माझ्या आयुष्यात का आली नाही?' किती कठीण होता हा देवदत्ताचा प्रश्न! असल्या प्रश्नाची उत्तरे परमेश्वराला तरी कुठे ठाऊक असतात?

देवदत्ताच्या पत्रातील शब्द तिला आठवले, 'माझ्यातल्या राक्षसाचं तुम्हांला भय वाटत असेल तर–' छे! या जगात कुणी देव नाही, आणि कुणी राक्षस नाही! प्रत्येकाच्या हृदयात देव-दानवांचे युद्ध मात्र सुरू आहे. देवदत्ताला आत्महत्येची लहर येते, ती त्याच्यातला राक्षस प्रबळ होतो, तेव्हा! तो लिहितो, त्या वेळी त्याच्यातला देव प्रभावी झालेला असतो.

आत्महत्येची लहर? देवदत्ताला एकट्यालाच कशाला हसायला हवे? शेखर गेल्यावर आपलेही मन असेच बेताल झाले होते. आपल्याला मागे ओढणारे मायेचे पाश होते. दादांचे वात्सल्य, माईची ममता, मिलिंदाचा लळा! देवदत्त दुर्दैवी आहे. वादळात सापडलेल्या आणि शिडे फाटलेल्या होडीसारखा!

४५

नंदा पुढला कागद वाचू लागली. प्रारंभीच कवितेच्या ओळी तिला दिसल्या–
मज अधिक रहाया नको
तू आग्रह आता करू?
कारण या जगतातला
मी केवळ यात्रेकरू!
या ओळी कुणाच्या? त्या देवदत्ताला इतक्या का आवडाव्यात? जिवाचे बरे-वाईट करून घ्यायचे विचार त्याच्या मनात सारखे घोळत असतात, म्हणून!

मग तो विचार अमलात आणण्याचा धीर त्याला का होत नाही? आत्महत्या हा पटाईत शिकाऱ्याच्या तळहाताचा मळ आहे! बंदुकीचा नेम श्वापदावर न धरता स्वतःच्या छातीवर, कपाळावर, नाही तर तोंडात धरला, की–

नाही! माणूस झाडासारखा आहे. तो सुखासुखी वठत नाही. तो ओलावा शोधीत राहतो. त्याचं खरं प्रेम असतं जीवनावर– मग ते जीवन कितीही विद्रूप, कितीही भयंकर असो! मरणानंतरच्या अंधारात कुठलीही चांदणी चमकत नाही, हे तो मनोमन जाणतो. देवदत्ताच्या मनाची मुळेसुद्धा अजून मायेचा ओलावा शोधीत आहेत, हेच खरे! तो त्याला मिळाला, तर?

४६

कवितेच्या ओळींखालचा मजकूर ती वाचू लागली–

माणसाचं मन ही एक अजब सर्कस आहे! माकडचेष्टा करून हसविणारा विदूषक, तोल संभाळून तारेवरून चालणारी तरुणी, मृत्युगोलात बेफामपणे मोटार-सायकल चालविणारा तरुण, आणि वाघसिंहांसारखे हिंस्र पशू या सर्वांचं संमेलन आहे ते! वाघ-सिंहांशिवाय सर्कस नाही– उद्दाम वासनांशिवाय मनुष्य नाही. केव्हा चुचकारून, केव्हा दरडावून, कधी पोटभर खायला घालून आणि कधी हवेत काडकाड चाबूक उडवून सर्कसवाला वाघसिंहांवर हुकमत गाजवितो, मात्र हे प्राणी माणसाळल्यासारखे वाटले, तरी त्यांच्यांतला हिंस्त्र पशू केव्हा जागा होईल, याचा नेम नसतो!

सहा महिने झाले. माझ्या मनातल्या वाघसिंहांशी मी झुंज घेत आहे. त्यासाठी विलासपूर पुनः पुन्हा सोडले. दोस्तांचे टोळके मोडले. हरिद्वार गाठले. दीन, दुःखी जगाचे दर्शन घेतले; पण– मनुष्य स्वत:चा केवढा मोठा शत्रू आहे!

मी जर बापूंचा मुलगा झालो असतो, तर या वाघ-सिंहांना सहज माणसाळवू शकलो असतो का? मोहनला देवदत्ताचा आणि देवदत्ताला मोहनचा जन्म मिळाला असता, तर काय झाले असते? मी मोटारीखाली सापडून मेलो असतो, की मोहनच्या आवडत्या स्वप्नाप्रमाणे विवेकानंदांसारखा संन्यासी झालो असतो? कल्पनेची नशा दारूपेक्षाही लवकर चढते. जर आणि तर! शब्दांची सुंदर प्रेते! हे शब्द-कोशातून काढून का टाकीत नाहीत?

४७

देवदत्ताच्या या स्वगतातल्या बापूंच्या उल्लेखाने नंदाचे कुतूहल शिगेला पोहोचले. ती घाईघाईने पुढला कागद वाचू लागली :

माझे भांडण ईश्वराशी नाही. तो बिचारा मला कधी भेटलाच नाही! मग आमचे भांडण होणार तरी कसे?

निसर्गाशीही माझे भांडण नाही. सूर्यचंद्रांशी भांडून काय उपयोग आहे? ते उगवायचे, तेव्हा उगवणार. मावळायचे, तेव्हा मावळणार!

माझे भांडण आहे माणसांशी! वडील, आई, बायको यांच्याशी. देवदत्ताचा अधःपात रोखण्याची कोणती धडपड त्यांनी केली?

माझे भांडण आहे बापूंसारख्या सज्जनांशी! आत्महत्या करण्यापूर्वी माझ्या वडिलांनी लिहिलेले पत्र वीस वर्षे जपून ठेवून बापूंनी मला दिले. या कानाचे त्या कानाला कळून न देता! पण या पत्रात काय असेल, देवदत्तावर काय परिणाम होईल, याचा त्यांनी कधी विचार केला का? माझ्या स्वैर वागणुकीला आळा घालण्याचा त्यांनी प्रयत्न केला? वडीलकीच्या अधिकारानं त्यांनी एकदा तरी मला दरडावायचे होते! कुणी सांगावे, त्या एका क्षणाने माझे आयुष्य बदलवून टाकले असते! विजेच्या एका चमकाऱ्याने आपण वाट चुकलो आहोत, हे प्रवाशाच्या ध्यानात येते. माझेही तसेच झाले असते.

बापू सज्जन खरे; पण दुबळे सज्जन! दुर्बळ सज्जन आणि समर्थ दुर्जन असे माणसांचे दोनच वर्ग या जगात का असावेत? सज्जनाचे साधुत्व आणि दुर्जनाचे सामर्थ्य यांचा संगम या जगात अशक्य आहे काय?

चुकलो मी! बापूंना दोष द्यायचा मला काय अधिकार आहे? त्यांचा मोहन माझ्यापायी जिवाला मुकला. त्या धक्क्याने त्याची आई अंथरुणाला खिळली; पण तिच्या समाचाराला मी कधीही गेलो नाही. दुःखाचे दर्शन माणसाला दुःसह होते, म्हणून मी गेलो नाही? का मोहनच्या मृत्यूची मनाला टोचणी लागली होती, म्हणून मला जायचा धीर झाला नाही? छे! मी स्वतःच्या छंदा-फंदातच दंग होतो. इतरांच्या डोळ्यांतल्या गंगा-यमुनांपेक्षा स्वतःच्या हातातला मद्याचा प्याला अधिक मोलाचा मानीत होतो. साऱ्या दुःखाचा विसर पाडणारी धुंदी क्षणाक्षणाला शोधीत होतो.

बापू, तुम्ही इतके सज्जन झाला नसता, तर फार-फार बरे झाले असते! वीस वर्षांपूर्वीचे बापाचे पत्र मुलाला देताना ते चोरून वाचायचा मोह तुम्हांला व्हायला हवा होता! मग देवदत्ताच्या हाती ती जहराने भरलेली कुपी तुम्ही दिली नसती!

४८

देवदत्ताचे लिहिणे इथेच संपले होते. सुन्न मनाने ते कागद पलंगावर ठेवण्यासाठी नंदा पुढे झाली; पण त्या कागदांच्या खाली जाड जाड असे काही टाचून ठेवले आहे, हे तिच्या लक्षात आले. तिने कागद उलटे करून पाहिले. तो एक लिफाफा होता. 'माझ्या मृत्यूनंतर वीस वर्षांनी चि. देवदत्त याला देणे' हे

त्याच्यावरले किरट्या अक्षरातले शब्द वाचताच नंदा चपापली! पुरून ठेवलेला मोहरांचा हंडा सापडल्यामुळे एका मनाला आनंद व्हावा, पण त्या हंड्याभोवती वेटोळे घालून बसलेल्या सर्पाच्या फूत्कारांनी दुसरे मन भयभीत व्हावे, तशी तिची स्थिती झाली.

थरथरत्या हाताने तिने त्या लिफाफ्यातील पत्र बाहेर काढले. त्या पत्रावरील वीस वर्षांपूर्वीची तारीख वाचताच काळपुरुष आत्मकथा सांगण्याकरिता आपल्यासमोर उभा राहिला आहे, असा तिला भास झाला. अधीरतेने ती कथा ती ऐकू लागली–

चि. देवदत्त यास अ. आ.

माझ्या मृत्यूनंतर वीस वर्षांनी हे पत्र तुला मिळेल. आज तू फार लहान आहेस. अवघा नऊ वर्षांचा. माणसाचं खरं-खरं स्वरूप फार ओंगळ असतं! ते पाहून तुला किळस येईल. तुझं बालमन भेदरून जाईल. तू आयुष्याला विटशील, म्हणून ते पत्र तुला पुढं योग्य वेळी मिळावं, अशी व्यवस्था मी करीत आहे.

हे पत्र तू वाचशील, तेव्हा तू तिशीतला तरुण असशील. जगातल्या खाचखळग्यांची आणि क्षुद्रतेची व दुष्टतेची तुला चांगली कल्पना आली असेल. माणसाचं मन थोडंसं खरवडलं, की त्याच्या आत लपून बसलेला पशू बाहेर पडतो, हा अनुभव तुलाही आला असेल. त्यामुळं मी लिहीत आहे, ते वाचून तुला धक्का बसणार नाही.

माझ्या मृत्यूसंबंधी अनेक गोष्टी तू ऐकल्या असशील. परमार्थाच्या वेडानं मी आत्मार्पण केलं, अशी तुझी समजूत झाली असेल. 'समोर पसरलेला निळा-सावळा समुद्र पाहून चैतन्यप्रभूंना तो घनश्याम कृष्णच आहे, असा भास झाला. त्याला कवटाळण्याकरिता ते पुढे गेले. पुन्हा परतले नाहीत!' असलीच काही तरी कहाणी माझ्याविषयी विलासपुरात प्रचलित झाली असेल. हे सारं खोटं आहे, अशी या पत्रानं तुझी खात्री होईल.

लहानपणापासून मी साधुसंतांच्या भजनी असलो, तरी आत्मार्पण करून या जगाचा निरोप घ्यावा, असा विचार माझ्या मनाला कधीच शिवला नव्हता. दत्तक झाल्यामुळं मी विलासपूरचा जहागिरदार झालो. थोडा श्रीमंत झालो. तथापि, आपल्यापेक्षा आपल्या मुलाचं वैभव वाढावं, आणि ते आपण डोळ्यांनी पाहावं, अशीच माझी इच्छा होती; पण माणसाची कुठली इच्छा या भिकारड्या जगात तृप्त झाली आहे? कुबेराची संपत्ती मिळविण्याच्या मार्गावर मी होतो! पण तुझ्या आईनं–

अब्रू सांभाळून राहणं अगदी अशक्य झाल्यामुळं, मी आज आत्मनाशाचा

मार्ग स्वीकारीत आहे.

देवदत्ता, जगाच्या दृष्टीनं ही आत्महत्या ठरेल; पण, खरं सांगायचं, तर तो खून आहे! तुझ्या आईनं केलेला हा माझा खून आहे. विष पाजून किंवा गळा दाबून केलेला खून यापेक्षा फार बरा. बायकोचे इतर अपराध नवरा पोटात घालू शकतो. पण तिचा व्यभिचार– नागडा-उघडा व्यभिचार–

विषारी बाणाच्या टोकाप्रमाणं तुझ्या आईचं दुर्वर्तन माझ्या काळजात रुतून बसलंय्. मला झोप येत नाही. अन्न गोड लागत नाही. विलासपुरातल्या घराघरांत लोक तुझ्या आईच्या बदफैलीपणाविषयी बोलत आहेत. पण तिला त्याची पर्वा नाही!

आपली वासना तृप्त करण्याकरिता तिनं बळी कुणाचा घ्यावा? मला कुबेराचं धन मिळवून देण्याकरिता इथं येऊन राहिलेल्या अलौकिक योगिराजांचा! तिनं त्यांना तपोभ्रष्ट केलं. माझी सर्व स्वप्नं धुळीला मिळाली. त्या दोघांना एकान्तात पाहिल्यापासून माझं मन पेटलेल्या लाक्षागृहासारखं झालं आहे!

पुढची सारी कडू कहाणी तुला कशाला सांगू? शत्रूच्या वाट्यालाही परमेश्वरानं हे दु:ख देऊ नये.

माझी शेवटची एकच इच्छा आहे. हे पत्र तुझ्या हातात पडेल, तेव्हा तुझी आई जिवंत असेल, तर तुला योग्य वाटेल ती शिक्षा तिला दे. पापाचं प्रायश्चित्त कधी-ना-कधी घ्यावं लागतं, हे कामवासनेनं पिसाळलेल्या या कुलटेला, वीस वर्षांनी का होईना, चांगलं कळू दे!

मृत्यूच्या दारातही माया माणसाला सोडीत नाही. म्हणून दोन हिताच्या गोष्टी तुला सांगतो. पहिली, या पृथ्वीतलावर पैसा हाच परमेश्वर आहे, हे कधीही विसरू नकोस. दुसरी, कोणत्याही स्त्रीवर कधीही विश्वास ठेवू नकोस.

४९

'ताईसाहेब' दारातून नोकराची हाक आली.

नंदा दचकली. तिने हातांतले कागद पलंगावर टाकले. ती केव्हा जेवणार आहे, हे विचारायला तो आला होता. देवदत्ताचा अजून पत्ता नव्हता. नोकराला काय सांगावे, या विचारात ती पडली. इतक्यात देवदत्ताचा आवाज तिला ऐकू आला–

"साले! कुत्ते! इथं या, म्हणजे दाखवितो एकेकाला."

नंदा लगबगीने पुढे होते, ना होते, तोच देवदत्त दारात येऊन उभा राहिला.

त्याचा अवतार पाहून तिच्या काळजात धस्स झाले. त्याचे केस विसकटले होते. डोळ्यांतली मघाची स्निग्धता मावळली होती. तोल जाऊ नये, म्हणून तो दाराचा आधार शोधीत होता, की काय, कुणाला ठाऊक! दोस्तांच्या बैठकीत मद्यपान करून तो आला असावा, हे अगदी उघड होते.

५०

नंदा दृष्टीला पडताच देवदत्ताची नजर खाली वळली.

"माफ कर मला. तू मला– त्या– त्या साल्यांबरोबर–"

तोंडातून भलताच शब्द गेला, या जाणिवेने जीभ चावून तो स्तब्ध उभा राहिला. बाहेरून हाका ऐकू येऊ लागल्या. 'सरकार', 'भाईसाहेब', 'देवदत्त'! त्याचे दोस्त त्याला परत नेण्याकरता आले असावेत, हे नंदाने ओळखले. आता काय होणार, हे तिला कळेना. ती मनातल्या मनात थिजून गेली.

बाहेरच्या हाकांकडे लक्ष न देता देवदत्त आत आला. दाराकडे पाठ फिरवून उभा राहिला. त्याचे दोस्त दारात येऊन गलका करीत बोलू लागले.

"हे काय, सरकार? लढाई अशी अर्धवट टाकून–"

आपले वाक्य अर्धवट टाकून तो बोलणारा फिदीफिदी हसू लागला.

दुसरे दोघे धिटाईने पुढे आले.

नंदा आणि देवदत्त यांच्याकडे आळीपाळीने पाहत त्यांतला एक उद्गारला,

"पाखरू तर छान पैदा केलंय् सरकारांनी!"

लगेच त्याने टाळीसाठी दोस्तापुढे हात केला.

देवदत्त विजेसारखा कोपऱ्याकडे गेला. तिथली बंदूक उचलून तो गर्रकन् फिरला. बंदुकीची नळी त्या बडबडणाऱ्या माणसाच्या छातीला लावून तो म्हणाला,

"चला, चालते व्हा इथनं सगळे! तीनदा फासावर लटकावं लागलं, तरी हरकत नाही. पण तुमचे तिघांचे इथल्या-इथं मुडदे पडतील, हे विसरू नका. चले जाव!"

देवदत्ताचे हे शब्द कानी पडताच तिघेही मागे सरकले. क्षणार्धात दाराबाहेर जाऊन दिसेनासे झाले.

ते बाहेर जाताच देवदत्ताने दार धाडकन् बंद केले.

हे सारे चित्रपटातल्या एखाद्या दृश्यासारखे काही क्षणांत घडले. काय घडत आहे, याचा विचार करायलाही नंदाला वेळ मिळाला नाही.

त्या दारूबाज दोस्तांनी पुन्हा आपली तोंडे दाखवू नयेत, म्हणून देवदत्ताने दार

बंद केले खरे! पण नोकरां-चाकरांकडून याचा विपरीत अर्थ केला जाईल, हे तिला चटकन् जाणवले.

दार उघडायला ती जाणार, तोच देवदत्त कोपऱ्यात परत नेऊन ठेवलेल्या बंदुकीकडे टक लावून पाहत उभा आहे, असे तिला दिसले. घरातल्या बिळात लपून बसलेल्या सापाप्रमाणे त्याच्या मनात सतत घोळणाऱ्या आत्महत्येच्या विचाराची तिला आठवण झाली! तिच्या मनाचा थरकाप झाला. पाऊल जागच्या-जागी खिळून गेले!

देवदत्त त्या बंदुकीकडे असा वेड्यासारखा पाहत का उभा आहे, हे तिला कळेना! हेमिंग्वेच्या आत्महत्येचे चित्र तिच्या डोळ्यांपुढे उभे राहिले. थोर अतिथीच्या स्वागताकरिता यजमानाने पुढे जावे, तसा तो मृत्यूला सामोरा गेला होता. न-कळत तिच्या तोंडून अस्फुट हाक निघाली,

'देवदत्त.'

तो बोलला नाही. त्याने वळून तिच्याकडे पाहिले नाही. दोन्ही हातांनी आपले तोंड झाकून घेऊन तो तसाच उभा आहे, असे तिला दिसले.

जवळ जाऊन नंदाने पुन्हा हाक मारली,

'देवदत्त!'

तरी तो बोलला नाही. मात्र त्याचे शरीर थरथरले. आपला हुंदका बाहेर पडू नये, म्हणून तो पराकाष्ठेचा प्रयत्न करीत आहे, याची जाणीव आता तिला झाली. त्याच्या खांद्यावर आपला कापणारा हात ठेवीत ती म्हणाली,

"असं काय बरं वेड्यासारखं करावं, देवदत्त?"

तोंडावरले हात दूर करीत तो हळूहळू वळला. त्याचे डोळे भरून आले आहेत, हे तिच्या लक्षात आले. जड पावलांनी तो पलंगाकडे गेला. त्याच्यावर बसून खाली पाहत तो म्हणाला,

"या जगात एका माणसानं तरी माझ्यावर विश्वास ठेवावा, म्हणून मी धडपडत होतो. तू तो ठेवलास. कोणताही किंतू मनात न आणता तू माझ्याबरोबर इथं आलीस. माझं घायाळ मन मी तुझ्यापुढं उघडं केलं. तू हळुवारपणानं त्याच्यावर फुंकर घातलीस. माझ्या हातून तुझा विश्वासघात व्हायला नको होता. पण– पाच-दहा महिने मी दारूच्या थेंबाला शिवलो नव्हतो. आज या दगलबाज दोस्तांनी–" आवेगाने आपले तोंड झाकून घेऊन अपराधी मुलासारखा तो स्फुंदू लागला.

नंदा त्याच्या जवळ गेली. त्याचे दोन्ही हात तिने आपल्या हातांत घेतले. मृदू स्वराने ती म्हणाली,

"माझ्याकडे पाहा, पाहू, जरा."

मान वर न करता तो उद्गारला,

"पुन्हा एकटा झालो मी, नंदा! तुला मी फसविलं!"

सद्गदित स्वराने ती उत्तरली,

"माझंच चुकलं मघाशी. त्या मंडळींबरोबर जायचा आग्रह मी तुम्हांला करायला नको होता! पण मी गोंधळले, केवळ स्वतःपुरतं पाहिलं. तुमचं रक्षण करण्याची जबाबदारी माझ्यावर आहे, हे मी विसरले. क्षमा करा मला, देवदत्त."

बोलता-बोलता ती थांबली. तिच्या डोळ्यांतून आसवे ठिबकू लागली. देवदत्ताच्या हातावर ते थेंब पडताच त्याने आपली मान वर केली.

विस्मय, करुणा आणि आनंद यांचे विलक्षण मिश्रण झालेल्या स्वराने तो म्हणाला,

"माझ्यासाठी रडतेस तू? या अभाग्यासाठी?"

नंदा काही न बोलता डोळे पुसू लागली.

आसवांनी ओला झालेला तिचा हात आपल्या हातात घेऊन देवदत्त म्हणाला,

"मी वचन देतो तुला. माझ्यासाठी अश्रू गाळण्याची पाळी तुझ्यावर येऊ देणार नाही मी!"

बाहेर मघासारखा गलका ऐकू येऊ लागला. आपले दोस्त दारूच्या नशेत आरडा-ओरडा करीत परतले असावेत, असा देवदत्ताने तर्क केला. कोपऱ्यातली बंदूक उचलून दाराकडे जात तो म्हणाला,

"ही माकडं पुन्हा त्रास द्यायला लागली! जरा थांब. त्यांच्या माकडचेष्टा कायमच्या बंद करून येतो."

बोलता-बोलता नंदाच्या चिंतातुर चेहऱ्याकडे त्याचे लक्ष गेले. तो हसत म्हणाला,

"घाबरू नकोस अशी. गोळी झाडणार नाही मी कुणावर! पण या कोडग्यांना पिटाळून लावायला उपाय नाही दुसरा."

बोलता-बोलता त्याने जोराने दार उघडले. दाराबाहेर त्याचे दोस्त उभे होते! गंगाराम आणि त्याच्यामागे तीन-चार खेडूत माणसे दिसत होती. गडाखालच्या खेड्यात एका वाघिणीने कालपासून धुमाकूळ मांडला होता. एक गाय आणि वासरू मारून त्यांच्या भोवती ती घुटमळत होती. देवदत्त गडावर आला आहे, असे कळल्यामुळे ही मंडळी त्या वाघिणीच्या शिकारीसाठी त्याला बोलवायला आली होती.

देवदत्त वळून नंदाला म्हणाला,

"मारलेल्या सावजाभोवती घुटमळणारं जनावर चटकन् टिपता येतं. तू जेवून घे. स्वस्थ झोप. सकाळी विलासपूरला जाऊ आपण. या वाघिणीचं कातडं भेट म्हणून तुला देणार आहे मी."

नंदाच्या तोंडून शब्द बाहेर पडायच्या आधीच तीरासारखा तो खोलीतून निघून गेला.

५१

रात्रीचे दोन वाजून गेले होते. तरीही नंदा जागीच होती. स्वैर कल्पनांच्या लाटांवर ती सारखी इकडून तिकडे फेकली जात होती.

पहिल्यांदा देवदत्ताच्या काळजीने तिचे मन व्यग्र झाले.

आज तो मोहाला बळी पडला होता खरा! मात्र आपली आठवण होऊन बैठकीतून मधेच उठून आला होता! पण अपरात्रीच्या शिकारीला लागणारा सावधपणा त्याच्या अंगी असेल का? छे! आपण त्याला जाऊ द्यायला नको होते!

ती सारखी मनात म्हणत होती, गेल्या दहा-बारा तासांत आपण जे पाहिले, जे ऐकले, जे वाचले, जे अनुभवले, ते सारे भयंकर असले, तरी सत्य आहे! आपल्यासारख्या हाडा-मांसाच्या जगात घडलेले आहे. मधेच तिला थोडीशी गुंगी आली की वाटे, कुणी तरी फार दूरच्या बेटावर आपणांला नेऊन टाकले आहे, आणि तिथल्या रानटी माणसांच्या भयानक गोष्टी आपण ऐकत आहोत! पण लगेच तिला जाग येई. डोळे उघडून ती पाहू लागे. वधःस्तंभावर लटकलेल्या ख्रिस्ताचे चित्र तिला समोर दिसे. आपण चंदनगडावर आहोत. देवदत्ताच्या बंगल्यात आहोत, अशी तिची खात्री होई. मग तिचे मन पुन्हा विचारांची पाने पिसू लागे. एखाद्या अजाण बालकाने रेडिओ लावण्याचा प्रयत्न करावा, आणि त्याच्यावरले निरनिराळे आवाज एकमेकांत मिसळून त्याला ऐकू यावेत, तशी तिची स्थिती होई.

देवदत्ताने सांगितलेले आपले दुःख– आईने दहा वर्षांच्या मुलाच्या हातात दिलेला मद्याचा प्याला– देवदत्ताच्या वडिलांचे ते भयानक पत्र– देवदत्त आईच्या अंगावर बंदूक घेऊन धावून का गेला, याचा त्या पत्राने उलगडा होत होता; पण–

असल्या गोष्टी या जगात घडू शकतात? मनुष्य एवढा निर्दय होऊ शकतो? स्त्री अधःपाताच्या दरीत आपणहून अशी उडी टाकते? ज्याच्या कोमलपणापुढे फुलांचे मृदुत्व लज्जित होते, असे कवी सांगतात, ते आईचे हृदय पाषाणाहून कठोर होऊ शकते?

हे सारे प्रश्न नंदाच्या मस्तकात घणाचे घाव घालीत होते.

शेवटी अस्वस्थ होऊन ती उठली. खोलीत येरझाऱ्या घालू लागली. कथेतला राक्षस पाहता-पाहता समोर उभा राहावा, आणि त्याचे अक्राळ-विक्राळ रूप पाहून बालमन भेदरून जावे, तसे तिला वाटू लागले. देवदत्ताची कहाणी तिला अनुभवाच्या अंतरंगात खोल-खोल घेऊन जात होती. जीवनाच्या तळाशी. तिथे कसलाही प्रकाश नव्हता! वाऱ्याची झुळूकसुद्धा येत नव्हती! क्षणाक्षणाला गुदमरल्यासारखे होत होते!

ती स्वतःशीच म्हणत होती :

मध्यमवर्गाच्या एका सुरक्षित घरकुलात आपण लहानाच्या मोठ्या झालो. जीवनसागराच्या वाळवंटात खेळलो. तिथले शंखशिंपले वेचले. तिथेच किल्ले बांधले. तिथून लाटांचा पाठशिवणीचा खेळ डोळे भरून पाहिला; पण डोंगर-लाटांच्या वेढ्यात सापडलेल्या गलबतातली माणसे कशी गलबलून जातात, हे आपण कधी पाहिले नाही. जहाजांना जलसमाधी देणाऱ्या खडकांची आणि माणसांचे लचके तोडणाऱ्या माशांची आपल्याला माहिती नाही!

सापळ्यात सापडलेल्या उंदरासारखी ती खोलीत फीर-फीर फिरली; पण तिच्या मनाची घालमेल थांबेना.

मधेच तिला वाटे,

अशा अपरात्री या अपरिचित जागेत भुतासारख्या आपण का फिरत आहोत? स्वतःच्या दुःखाचा विसर पडावा, म्हणून आपण विलासपूरला आलो. वसूच्या दुःखामुळे देवदत्ताजवळ गेलो. त्याच्या दुःखाशी समरस झालो. का केले हे आपण सारे? या सर्वांपासून आपण अलिप्त राहिलो असतो, तर? अजून आपल्याला या चक्रव्यूहातून सुटका करून घेता येईल. इथे आपल्याला करमत नाही, म्हणून उद्या वसूला सांगावे आणि सरळ मुंबईची वाट धरावी!

या विचाराने तिला थोडे हलके वाटले. आता आपला डोळा लागेल, या कल्पनेने ती अंथरुणावर पडली.

पण तिच्या मिटलेल्या डोळ्यांपुढे देवदत्ताच्या वडिलांच्या पत्रातली अक्षरे नाचू लागली. प्रथम ठिणग्यांसारखी, मग भडकणाऱ्या ज्वालांसारखी! हळूहळू ती अधिक मोठी होऊ लागली. शेवटी आकाशाच्या पाटीवर विजेच्या लेखणीने कुणी तरी ती लिहीत आहे, असा तिला भास झाला.

तिच्या मनात आले,

माणूस किती दीर्घद्वेषी असतो! मृत्यूनंतरसुद्धा त्याची सूडाची इच्छा जिवंत राहते!

तिचे मन देवदत्ताच्या आईविषयी विचार करू लागले.

जिच्यापायी नवऱ्याने आत्महत्या केली, ती बाई आता महिनेच्या-महिने तीर्थयात्रा करीत आहे! पापाची टोचणी असह्य झाल्यामुळे ती अशी फिरत असेल काय? हॅम्लेटची आई जगती-वाचती, तर तिने पुढे काय केले असते? जगाचा निरोप कोणत्या मनःस्थितीत घेतला असता?

शेवटी मानसिक थकव्याने तिचा डोळा लागला, पण त्या गुंगीतही तिचे विचारचक्र फिरतच राहिले–

हॅम्लेटची आई आणि महाभारतातली सावित्री या दोघींच्या प्रेमाविषयी दासबाबू

काय म्हणाले होते बरे? सावित्री सत्यवानाचीच बायको का झाली? तिचे लग्न अश्वत्थाम्याशी का झाले नाही? ते झाले असते, तर? महाभारत पुन्हा एकदा वाचायला हवे! त्यांतली प्रत्येक व्यक्ती मानवाच्या सनातन दु:खाचा भाग शिरावर घेऊन अनंत काळाच्या प्रवासाला निघाल्यासारखे वाटते.

पण देवदत्ताच्या दु:खाशी आपल्याला काय करायचे आहे? छे! किती वेडा प्रश्न आहे हा! केवळ कोरड्या अलिप्तपणाने या जगात मनुष्य सुखाने जगू शकेल? छे! माणूस जन्माला येताच अनेक अतूट धाग्यांनी जगाशी बांधला जातो. पुढच्या वाटचालीत जुने धागे तुटतात; नवे निर्माण होतात; पण या नव्या-जुन्या धाग्यांचा गोफ त्याला सतत गुंफीत राहावे लागते. जीवनाला अर्थ येतो, तो या गुंफणीतल्या कलेमुळे– गोफातल्या नाना रंगांच्या धाग्यांमुळे.

तिला दादांची आठवण झाली. बेचाळीसच्या चळवळीपासून ते सहज अलिप्त राहू शकले असते! बापूंसारख्या कार्यकर्त्यांना आश्रय देण्याची आणि सुखाच्या नोकरीवर पाणी सोडण्याची त्यांच्यावर कुणी काही सक्ती केली नव्हती; पण ते त्या अपरिचित कार्यकर्त्यांशी बांधले गेले होते देशभक्तीच्या धाग्याने! मिलिंदाची सावत्र आई त्याला सांभाळू इच्छीत नाही, हे कळताच माई त्याला आपल्याकडे घेऊन आली, तसे पाहिले, तर आक्काच्या मृत्यूमुळे ती खचली होती; पण वात्सल्याच्या धाग्याने ती मिलिंदाशी बांधली गेली होती. तो धागा तोडणे तिला शक्य नव्हते! दासबाबूंनी मुलीच्या लग्नासाठी साठविलेले पैसे बालमित्राच्या मुलाला दिले, ते काय व्याजाच्या लोभाने? छे! मैत्रीच्या धाग्याने ते बांधले गेले होते! माणसे अशीच अनेक नाजूक धाग्यांनी परस्परांशी बांधली जातात. प्राण पणाला लावून या धाग्याची जपणूक करतात. त्या जपणुकीतच सारे माणूसपण भरले आहे.

बाहेर कुठे तरी कोंबडा आरवला.

ती दचकून उठून बसली. सचिंत मनाने तिने दार उघडले. बंगल्याच्या पायऱ्या उतरून ती बाहेर आली. पहाटेच्या चावऱ्या वाऱ्याचा स्पर्श होताच तिच्या अंगावर काटा उभा राहिला.

५२

उन्हे वर आली, तरी देवदत्ताचा पत्ता नव्हता. गंगारामाने आणलेल्या बातमीवरून तो लवकर परत येण्याची चिन्हं दिसत नव्हते! मारून टाकलेल्या गाय-वासराभोवती घुटमळणारी ती वाघीण देवदत्ताची चाहूल लागताच जवळच्या गर्द जंगलात गडप झाली होती. दोन-तीन खेडूत बरोबर घेऊन देवदत्त तिचा शोध करीत होता.

आता गडावर थांबण्यात अर्थ नव्हता. गंगारामला बोलावून ती विलासपूरला यायला निघाली. मात्र गाव जसजसे जवळ येऊ लागले, तसतशी तिच्या मनातली धाकधूक वाढत गेली. तिसऱ्या प्रहरापासून घडलेल्या गोष्टी भावनेच्या भरात आणि रात्रीच्या एकान्तात तिला स्वाभाविक वाटल्या होत्या. रंगलेल्या नाटकातले प्रसंग वाटतात, तशा! पण आता त्या तिला खटकू लागल्या.

गाडीतून उतरून बंगल्याजवळ येताच तिचा उरला-सुरला धीर सुटला. आल्या पावली परतावे, असे क्षणभर तिला वाटले; पण ते शक्य नव्हते. ती चोरपावलांनी आपल्या खोलीकडे गेली. वसू अजून उठली नसेल. ती उठायच्या आत आपण मधुरेशी खेळत बसावे, म्हणजे, तिच्या रागाचा पारा आपोआप उतरेल, असे ती मनाशी म्हणत होती. इतक्यात पार्वती चहा घेऊन खोलीत आली. तिच्याकडून कळलेल्या हकीगतीने नंदा अगदी बेचैन होऊन गेली.

रात्र पडली, तरी नंदा परत आली नाही, म्हणून तिच्या चौकशीसाठी वसूने बापूंच्या घरी नोकर पिटाळला होता, पण तो तसाच हात हलवीत परत आला. मग कुणी तरी नंदाताई सरकारांबरोबर गाडीत बसून गडावर गेल्याचे सांगितले. ते कानी पडताच वसू संतापली. जेवायच्या वेळी 'नंदामावशी मला हवी, तू नकोस!' असा मधुरेने हट्ट धरला. त्या हट्टाने वसूच्या मनाचा भडका उडाला. तिने मधुरेला ताटावरून उठविले. फरफटत ओढत नेऊन फाडफाड मारले, 'आई, मारू नको, ग! आई मारू नको, ग!' असे मधुरा ओरडत असतानाच तिला फिट आली. मग खूप धावाधाव झाली. डॉक्टर पहाटेपर्यंत मधुरेपाशी बसून होते. आता मायलेकी स्वस्थ झोपल्या होत्या.

हे सारे ऐकून नंदाला चोरट्यासारखे झाले. तिचे मन तिला खाऊ लागले.

वसूच्या बऱ्यासाठी आपण गडावर गेलो होते, हे खरे; पण ते तिला कसे पटवून द्यायचे? जे घडले, ते सारे जसेच्या तसे तिला सांगितले, तर आपल्या बोलण्यावर तिचा विश्वास बसेल का? का आपण काही तरी बनावट गोष्ट रचून सांगत आहोत, असा संशय येऊन ती अधिकच भडकेल?

जेवणाच्या वेळेपर्यंत नंदा आपल्या खोलीत बसून राहिली.

जेवणाची वर्दी आली, तेव्हा धडधडत्या काळजाने ती वसूसमोर येऊन बसली. सारा धीर एकवटून तिने प्रश्न केला,

"मधुरा झोपलीय्?"

वसूने काही उत्तर दिले नाही. डोळे रोखून विचित्र दृष्टीने ती नंदाकडे पाहत राहिली.

"माझं चुकलं, वसू–"

"तुझं काऽ ही चुकलं नाही, बाई! सारं चुकलंय् माझं. चूड दाखवून वाघीण

घरात आणली मी!''

"वसू, जरा शांतपणानं माझं म्हणणं–''

"हे बघ, नंदा, देवदत्तांच्या वागण्यानं वेड लागायची पाळी आली होती माझ्यावर! कुणी तरी जिवाभावाची मैत्रीण हवी होती मला, म्हणून आग्रह करून तुला घेऊन आले मी इथं. उरावर बसणारी सवत नको होती मला!''

"असं वेडं-वाकडं बोलू नकोस, बाई, काही. खरं सांगते तुला. तुझं दुःख पाहवेना मला, म्हणून देवदत्ताची समजूत घालायला–''

"वा, ग, वा! बरीच आहेस की! माझा काटा कसा काढायचा, हे ठरवायला गेला होता तुम्ही दोघं गडावर!''

"नाही, ग, नाही! मधुरेच्या गळ्याशप्पथ सांगते तुला–''

"खबरदार माझ्या पोरीची शपथ घेतलीस, तर! जीव काही वर आला नाही तिचा! काल संध्याकाळी गडावर तुम्ही दोघं गुलूगुलू गोष्टी कशा करीत होता, हातात हात घालून कसे फिरत होता, रात्री खोलीत दार लावून–''

"वसू, वसू–''

"उगीच ओरडू नकोस अशी. गडावर तुम्ही काय धिंगाणा घातलात, ते खडा-न्-खडा माहीत आहे मला.''

नंदाच्या डोळ्यांपुढे गंगाराम उभा राहिला.

आल्याबरोबर तो पार्वतीच्या कानाशी लागला असावा. पार्वतीने ते सारे तिखट-मीठ लावून वसूला सांगितले असेल; पण गंगारामाने असे काही तरी वेडे-वाकडे–

ती दचकली. कालच्या साऱ्या गोष्टींचा अर्थ नोकर-चाकर काय करतील, याचा विचार तिने आत्तापर्यंत केला नव्हता! आता तो तिला भेडसावू लागला. कोणत्याही कारणाने एकत्रित येणाऱ्या स्त्री-पुरुषांकडे पाहण्याची शिकल्या-सवरलेल्या लोकांची दृष्टीसुद्धा निर्मळ नसते. मग गंगारामसारख्याला काय बोल लावायचा?

वसू नंदाकडे क्रूर दृष्टीने पाहत होती. नोकर-चाकर दारांना कान देऊन हा तमाशा ऐकत असतील, हे मनात येताच नंदाला मेल्याहून मेल्यासारखे झाले. आपण गप्प बसलो, तर सर्वांचा संशय अधिक बळावेल, या भीतीने ती मोठ्याने म्हणाली,

"कुणालाही विचार, वसू. देवदत्त अचानक गडाखाली गेले. एका वाघिणीच्या शिकारीला.''

विकट हास्य आणि वेड्यासारखे हातवारे करीत वसू उद्गारली,

"देवदत्त वाघिणीच्या शिकारीला गेले, का वाघिणीनंच त्यांची शिकार केली?''

ती आणखी काही बोलणार आहे, असे तिच्या अर्धवट उघडलेल्या ओठांवरून

वाटत होते; पण तिच्या तोंडातून एकही शब्द बाहेर पडला नाही. तिच्या हातांचा चाळा मात्र सुरू राहिला.

नंदा खाली मान घालून मुकाट्याने भात कालवू लागली. इतक्यात घामाघूम झालेली पार्वती धडपडतच आत आली. घाबऱ्याघुबऱ्या आवाजाने तिने हाक मारली,

'वैनीसाब,–'

"काय, ग?" तिरसटपणाने वसूने विचारले.

"सरकारांस्नी–" तिच्या तोंडातून शब्द बाहेर फुटेना.

वसू संतापाने ओरडली,

"अग सटवे, नीट सांग की, काय सांगायचंय्, ते!"

"सरकारांस्नी वाघणीनं– डागदार गेल्याती आणायला."

नंदाच्या हातातला घास हातातच राहिला!

५३

नंदा आपल्या खोलीत तळमळत पडली होती. रात्रीच्या जागरणाने तिचे डोके दुखत होते, डोळे चुरचुरत होते; पण काही केल्या तिला झोप येत नव्हती.

पार्वतीचे शब्द तिच्या मनाच्या गाभाऱ्यात पुनः पुन्हा प्रतिध्वनित होत होते–

"सरकारांस्नी वाघणीनं– डागदर गेल्याती आणायला."

वाघिणीशी झालेल्या झुंजीत देवदत्ताला किती जखमा झाल्या असतील, हा प्रश्न ती स्वतःला वारंवार विचारीत होती. प्रत्येक वेळी तिची कल्पना त्याची वेडी-वाकडी उत्तरे देत होती.

तिच्या या तापदायक तंद्रीचा भंग केला, तो पार्वतीने. तिसऱ्या प्रहरच्या चहाबरोबर तिने वसूची चिठ्ठी आणून दिली तिला. चिठ्ठीत एवढाच मजकूर होता–

'रात्रीच्या गाडीचं तुझं तिकीट काढायला बापूंना सांगितलं आहे. तुझा पगार ते चुकता करतील. कृपा करून आपलं तोंड मला पुन्हा दाखवू नकोस.'

त्या चिठ्ठीचे तुकडे-तुकडे करून ते वसूच्या तोंडावर फेकावेत आणि इथून चालते व्हावे, असे तिच्या मनात आले.

इतक्यात दवाखान्याकडे जायच्या घाईत असलेले बापू आत आले.

डॉक्टर देवदत्ताला घेऊन आले होते. त्याच्या डोक्यावर, खांद्यावर आणि काखेत जखमा झाल्या होत्या. वाघीण दिसताच देवदत्ताने गोळी झाडली होती; पण दुर्दैवाने त्याचा नेम चुकला. वाघीण जखमी झाली; पण जंगलात निसटली! तिच्या

जखमेतून ठिबकणाऱ्या रक्ताच्या थेंबाचा माग काढीत देवदत्त गर्द जंगलात शिरला. काही वेळाने वाघिणीची गती मंदावली आहे, हे त्याच्या लक्षात आले. रानावर विलक्षण शांतता पसरली होती. पावलागणीक चुरणाऱ्या पाचोळ्याचा आवाजही मोठा वाटत होता. देवदत्त प्रत्येक पाऊल सावधपणे टाकू लागला. बंदुकीच्या चापावरचे त्याचे बोट राहून-राहून हुरळत होते. अचानक त्याच्या कानांवर तो आवाज आला. त्याचे सारे अंग शहारून उठले. तो गर्रकन वळला. करवंदीच्या जाळीतून उडी घेण्याच्या पवित्र्यात बसलेल्या वाघिणीचे उग्र दर्शन त्याला झाले. ती झेप घेत असतानाच बार कडाडला आणि ते धूड कोसळत असलेले देवदत्ताने पाहिले! जमिनीवर पडता-पडता अंगातून उठणाऱ्या वेदनांची त्याला तीव्र जाणीव झाली. वाघिणीची गुरगूर त्याच्या कानांवर पडली. पुढे काय झाले, याचे भान त्याला राहिले नाही.

देवदत्ताबरोबर आलेल्या खेडुताकडून बापूंनी ही सारी हकीगत नुकतीच ऐकली होती. ती जशीच्या तशी त्यांनी नंदाला सांगितली. ती ऐकताना देवदत्ताच्या साहसी स्वभावाविषयी वाटणाऱ्या अभिमानाने तिचे मन फुलून गेले; पण लगेच तिथे काळजीच्या काट्यांचे रान माजले.

देवदत्ताच्या जखमा केवढ्या असतील? त्या बऱ्या व्हायला फार दिवस लागतील का? त्याच्या जिवाला धोका तर नाही ना?

बापूंच्या बरोबर इस्पितळात जावे आणि देवदत्ताला पाहून यावे, असे नंदाला फार-फार वाटले. बोलण्यासाठी तिचे ओठ थरथरले. इतक्यात बापू तिला म्हणाले,

"इस्पितळातून परत आलो, की तुझ्या तिकिटाची व्यवस्था करतो. वहिनीसाहेबांनी मघाशीच हुकूम दिलाय् तसा."

नंदाने आवंढा गिळला. ती काहीच बोलली नाही.

५४

रात्रीचे जागरण आणि सतत मनावर पडलेला ताण यांमुळे नंदा शिणून गेली होती. शेवटी या ग्लानीतच तिचा डोळा लागला. मात्र या अस्वस्थ झोपेत तिचे मन नाना प्रकारच्या दृश्यांची गोधडी शिवीत होते. सीतेचे अग्निदिव्य, तो अग्नी विझविणारा वादळी समुद्र, त्या समुद्रातल्या मगरीने धरलेला कुणाचा तरी पाय, त्या पायातून ठिबकणाऱ्या रक्ताच्या थेंबांची होणारी पांढरी शुभ्र मोत्ये, त्या मोत्यांचाच चारा खाऊन सरोवरात गात-गात पोहणारा राजहंस, त्या राजहंसावर झडप घालण्याकरिता काठावर जीभ चाटीत बसलेली वाघीण–

वाघीण दिसताच ती भयभीत झाली. धडपडत उठली. आपण पाहत होतो, ती सारी स्वप्नसृष्टी होती, हे लक्षात येताच तिला हायसे वाटले. तिने घड्याळाकडे पाहिले. साडे-पाच व्हायला आले होते. तिच्या काळजात कालवाकालव झाली.

बापू दवाखान्यातून केव्हाच परत यायला हवे होते. अजून ते आले नाहीत! म्हणजे? देवदत्ताला कुठे वर्मी जखम झाली आहे काय?

चूळ भरून जड पावलांनी ती व्हरांड्यात आली.

वसू मोटारीतून खाली उतरत असलेली तिला दिसली. ती दवाखान्याकडे गेली असावी.

देवदत्ताच्या प्रकृतीविषयी तिला काही विचारावे का?

नंदा चार पावले पुढे झाली; पण तिला आणखी पुढे जायचा धीर होईना. वसूने तिच्याकडे एकदा तुच्छतेने पाहिले आणि पाठ फिरवून ती तरातरा आत निघून गेली.

५५

बागेतल्या पिंपळाच्या पारावर बसून नंदा अस्ताचलाच्या कोपऱ्यावरला लाल रंगाचा पुसट शिडकावा पाहू लागली. लगेच तिने आपली नजर खाली वळविली. तो रंग पाहून तिला आठवण झाली, ती देवदत्ताच्या जखमांची! विमनस्कपणे ती मागे सरकली. पिंपळाच्या बुंध्याला टेकून तिने डोळे मिटून घेतले. श्रान्त, क्लान्त पांथस्थासारखे.

'नंदाताई,' या बापूंच्या हाकेने तिने डोळे उघडले, तेव्हा ऊन्ह अगदी कोमेजून गेले होते.

बापू पारावर बसल्यावर नंदाने भीत-भीत प्रश्न केला,

"कसं आहे देवदत्तांचं?"

"तसं भिण्यासारखं काही नाही! साऱ्या-जखमा बांधल्यात डॉक्टरांनी. त्यांना शुद्धीही आलीय् नुकतीच!"

नंदाने चाचरत विचारले,

"मी पाहून येऊ त्यांना?"

बापू काहीच बोलले नाहीत. त्यांचे मौन नकारापेक्षाही अधिक दुःखदायक वाटले तिला.

मंद स्वराने तिने विचारले,

"बोलत का नाही तुम्ही, बापू?"

तरीही बापू स्तब्ध राहिले. आभाळात मळभ यावे, तशी त्यांची चर्या दिसत

होती. एका दिवसात ते अधिक वृद्ध झाले आहेत, असा तिला भास झाला.

एकेक शब्द सावकाश उच्चारीत बापू म्हणाले,

''वैनीसाहेब जवळ उभ्या असतानाच देवदत्त शुद्धीवर आले. डोळे उघडून पाहू लागले. त्यांच्या तोंडातून दोन हाका स्पष्ट उमटल्या.''

''वसूला हाक मारली त्यांनी? मग देवच पावला, म्हणायचं!''

''छे! 'नंदा, नंदा' एवढे दोन शब्द त्यांच्या तोंडातून बाहेर पडले. लगेच त्यांनी आपले डोळे मिटून घेतले.''

लहान मुलाच्या एकसुरी आवाजात बापूंनी हे सांगितले; पण त्यांच्या स्वरात संगीत भरले आहे, असा नंदाला क्षणभर भास झाला. देवदत्ताच्या भावजीवनात आपल्याला स्थान आहे, या जाणिवेने तिला आनंद वाटला. मात्र संध्याकाळचे सुंदर रंग हां हां म्हणता नाहीसे होऊन काळोख पडावा, तशी काही क्षणांत तिच्या आनंदाची स्थिती झाली.

चार-चौघांसमक्ष, खुद्द वसूसमोर, शुद्धीवर आलेल्या देवदत्ताने अभावितपणे 'नंदा, नंदा,' अशा हाका मारल्या! पण त्या ऐकणाऱ्या लोकांनी त्यांचा अर्थ काय केला असेल?

काही वेळ बापू वर आकाशाकडे पाहत स्तब्ध बसले. शेवटी अवजड बोजा उचलण्याकरिता एखाद्याने आपली सर्व शक्ती एकवटावी, तसे करीत नंदाकडे वळून ते म्हणाले,

''काल तू देवदत्ताबरोबर गडावर गेलीस. रात्री तिथं राहिलीस. फार मोठी चूक केलीस तू ही, पोरी!''

नंदा गोरीमोरी झाली. बापूंच्या मनानेही संशयाची काजळी धरली असेल, असे तिला वाटले नव्हते! आपले मन उघडे केल्याशिवाय बापूंच्या मनातील किंतू नाहीसा होणार नाही, हे तिच्या लक्षात आले. स्वतःला सावरून तिने शांतपणाने प्रश्न केला,

''तुमच्यासमोर कुणी पाण्यात बुडू लागलं, तर काय कराल तुम्ही, बापू?''

''त्याला वाचविण्याकरिता उडी टाकीन मी.''

''मागचा-पुढचा विचार न करता?''

''हो! अशा वेळी विचार करीत बसणं हा गुन्हा आहे मोठा!''

''हे खरं ना? मग मी तरी अधिक काय केलंय्? मी इथं आले, ती माझं दुःख विसरायला. त्या दुःखाच्या पायी समुद्रावर जीव द्यायला गेले होते मी!''

''तू? छे!'' बापूंच्या स्वरातील आश्चर्य त्यांच्या मुद्रेवरून ओसंडत होते. ते पुटपुटले, ''तुझ्यासारखी शहाणी मुलगी–''

मंद स्मित करीत नंदा म्हणाली,

“शहाणी माणसंसुद्धा माणसंच असतात, बापू! शहाण्या माणसाच्या आयुष्यातसुद्धा केव्हा तरी भूकंप होतो! एका क्षणात त्याच्या साऱ्या आशा धुळीला मिळतात. जीव नकोसा होतो त्याला!”

बापू एकाग्र मनाने आपले बोलणे ऐकत आहेत, असे पाहून ती हळूच म्हणाली,

“एक प्रश्न विचारू तुम्हांला?”

बापूंनी होकारार्थी मान हलविली.

नंदाने भीत-भीत विचारले,

“आयुष्यात आत्महत्येचा विचार तुमच्या मनात कधीच आला नाही?”

बापूंनी चटकन तोंड फिरविले.

त्यांना राग आला असावा, असे वाटून नंदा म्हणाली,

“क्षमा करा, बापू, तुमच्या या उर्मट मुलीला! तुम्ही वडील माणसं मायेमुळं जीवनातली विद्रूप सत्यं आमच्यापासून लपवून ठेवता! पण शेवटी त्यांची नि आमची दृष्टादृष्ट होतेच! अचानक होणाऱ्या त्या ओंगळ दर्शनानं आम्ही भेदरून जातो. हल्ली मला सारखं वाटतंय्, कुठलाही आडपडदा न ठेवता, वडील माणसं आपले कडू-गोड अनुभव आम्हांला लहानपणीच सांगत जातील, तर–”

वत्सल दृष्टीने तिच्याकडे पाहत बापू म्हणाले,

“खोटं बोलावं, असं वाटतंय्! पण धीर होत नाही! म्हणून खरं सांगतो. आत्महत्येच्या भुतानं काही दिवस मलासुद्धा पछाडलं होतं. मोहन गेला, तेव्हा! त्या धक्क्यानं सावित्री अंथरुणाला खिळली. थोरल्या मुलानं प्रेमविवाह केला होता. माझ्या फाटक्या संसाराला ठिगळं लावीत बसायची इच्छा नव्हती सूनबाईची! तिनं आपला स्वतंत्र पंथ काढला. माझं सारं आयुष्य चळवळीत गेलेलं. जवळ विष खायलासुद्धा पैसा नव्हता. मी गडबडून गेलो. मनात येई, एक चांगली बळकट दोरी पैदा करावी, नि झोपलेल्या सावित्रीच्या पायांवर डोकं ठेवून मध्यरात्री–”

टेकडी चढता-चढता धाप लागून माणसाने थांबावे, तसे बापू मध्येच स्तब्ध झाले. भावनेच्या भरात ते हे सारे बोलून गेले खरे! पण त्या दुःखद दिवसांच्या आठवणींनी ते अतिशय अस्वस्थ होऊन गेले होते.

पण नंदाचे कुतूहल तिला गप्प बसू देईना. तिने मृदू स्वराने विचारले,

“ते भूत तुमच्या मानगुटीवरनं केव्हा उठून गेलं?”

“सावित्रीनं साऱ्या संकटांत मला साथ दिली होती. तिला वाऱ्यावर सोडून जाण्यासारखं दुसरं पाप नाही, असं एक मन सारखं बजावीत होतं! पण त्या शहाण्या मनाला दुपारच्या भाकरीच्या प्रश्न काही सोडविता येत नव्हता! शेवटी आईसाहेबांना दया आली. त्यांनी खाजगीकडे नोकरी दिली मला!”

"आईसाहेबांनी? देवदत्तांच्या आईंनी?'' नंदाने विस्मयाने भरलेल्या स्वराने प्रश्न केला.

तिचे मन गोंधळून स्वतःशीच म्हणत होते,

'एका कुलटेनं या अश्राप माणसाला मदत करण्यासाठी आपला हात पुढं करावा? आणि पापानं लडबडलेल्या तिच्या हाताचा आधार या पुण्यशील माणसानं घ्यावा? किती विचित्र आहे हे जग! किती चक्रव्यूहांनी भरलं आहे हे मनुष्याचं मन आणि जीवन!'

अस्वस्थपणे हातांची चाळवा-चाळव करीत थोडा वेळ बापू गप्प बसले. मग ते म्हणाले,

"तुझं रात्रीचं तिकीट काढून आणलंय् मी.''

"पण– पण, बापू– देवदत्त बरे होईपर्यंत मी इथं–''

"कुठं राहणार तू इथं?''

"तुमच्या घरी.''

आवंढा गिळून बापू म्हणाले,

"एरवी मी आनंदानं तुला घरी बोलावलं असतं; पण–''

"म्हणजे? तुम्हांलाही माझा संशय येतोय्? देवदत्तांबरोबर मजा मारायला मी गडावर गेले होते, असं वाटतंय् तुम्हांला?'' बोलता-बोलता नंदाचे ओठ थरथरू लागले.

किंचित पुढे सरकून मायेने भरलेल्या स्वराने बापू म्हणाले,

"शांत हो, बाळ. शांत हो. मला काय वाटतंय्, त्याला इथं काडीचीही किंमत नाही. वैनीसाहेब आहेत हेकट आणि तापट. त्या तशा नसत्या, तर देवदत्तसुद्धा इतके भडकले नसते!''

"मला नवल वाटतं, बापू, एका गोष्टीचं. वडिलकीच्या नात्यानं देवदत्तांना आवरण्याचा तुम्ही प्रयत्न का केला नाही?''

सभोवताली पसरू लागलेल्या काळसर सावल्यांकडे पाहत आणि दीर्घ सुस्कारा सोडीत बापू म्हणाले,

"गरिबीमुळं माणूस मिंधा बनतो. बाळ, हे मिंधेपण त्याची जीभ कापून टाकतं! त्याला पापाशी तडजोड करायला लावतं!''

बापूंचे शब्द नंदाचे काळीज कापीत गेले. ती गहिवरून उद्गारली,

"क्षमा करा मला, बापू. हे मी विचारायला नको होतं तुम्हांला.''

बापू उत्तरले,

"नाही, बाळ, काही चुकलं नाही तुझं. खरी चूक आहे परमेश्वराची! दिव्यावर झेप घ्यायची प्रेरणा तो ज्यांना देतो, त्यांना जळून जायचं भाग्य तो देतोच, असं

नाही! माझ्यासारख्या अर्धवट होरपळलेल्या पतंगांची तडफड पाहण्यात त्याला मोठी मौज वाटत असावी! कधी-कधी माझ्या मनात येतं, परमेश्वर हा एक द्वाड, व्रात्य मुलगा आहे.''

या शेवटच्या शब्दांना ते स्वतःच हसले. मग नंदाकडे वळून ते म्हणाले,

''रागावू नकोस. एक प्रश्न विचारतो तुला. तुझं देवदत्तांवर प्रेम आहे?''

बापूंकडून असल्या रोख-ठोक प्रश्नाची अपेक्षा नंदाने केली नव्हती! काही क्षण ती गोंधळून गेली. मग शांतपणाने उत्तरली,

''आहे.''

आता चकित होण्याची पाळी बापूंची होती. काय बोलावे, हे त्यांना सुचेना. 'पण– पण–' असे म्हणत ते अगतिकपणाने तिच्याकडे पाहू लागले.

नंदाने त्यांना प्रश्न केला,

''बापू, तुम्ही गांधीजींच्या चळवळीत का पडला होता? या देशातल्या लोकांवर तुमचं प्रेम होतं, म्हणूनच ना?''

''होय.''

''ते लोक तुमच्या ओळखी-देखीचे होते? त्यांची दुःखं तुम्ही डोळ्यांनी पाहिली होती? नाही ना? असं असून तुम्ही त्यांच्यावर प्रेम केलंत. त्यांच्यासाठी हाल-अपेष्टा सोसल्यात. मी तर देवदत्तांना चांगली ओळखते. त्यांचं दुःख चांगलं ठाऊक आहे मला. मग–''

किंचित थांबून ती पुढे म्हणाली,

''इथं आल्यावर पहिल्याच दिवशी मी देवदत्तांना पाहिलं, ते दृष्टीला पडायच्या आधी काळीज पिळवटून टाकणारे त्यांचे उद्गार ऐकले. ते चंचलशी बोलत होते. लायब्ररीत आपण एकटेच आहोत, अशी त्यांची समजूत होती. ते चंचलला म्हणाले, 'या जगात तुझ्याशिवाय मला फक्त एकच मित्र आहे– तो म्हणजे मृत्यू.' ''

बापू दचकून उद्गारले,

''देवदत्तांच्या मनात आत्महत्येचा विचार घोळतोय्?''

''त्या विचारानं त्यांची अगदी पाठ पुरवली आहे. या भुतानं झपाटलं, म्हणजे मनाचा कसा कोंडमारा होतो, याचा अनुभव मला नुकताच आला होता. माझं लग्न ठरलं होतं. शेखरशी. जागेपणीसुद्धा सोनेरी संसाराची स्वप्नं पाहत होते मी; पण एके दिवशी शेखरच्या विमानाला अपघात झाला– त्या विमानाबरोबर माझ्या स्वप्नांचीही राख-रांगोळी झाली. मी दुःखानं वेडी झाले. तरुण मनाची दुःखं फार विचित्र असतात, बापू. ती ज्याची त्यानंच भोगावी लागतात. रात्र-रात्रभर त्या दुःखाला कागदावर शब्दांची वाट करून देत बसायची मी. देवदत्तांनाही आपलं दुःख असंच हलकं करायची सवय आहे. पहिल्या दिवशीच त्यांचे असले काही

कागद मला पाहायला मिळाले. आम्ही समदु:खी आहोत, याची तीव्र जाणीव झाली मला! त्यांच्याविषयीच्या काही भयंकर गोष्टी वसूकडून मला कळल्या; पण मला दिसणारे देवदत्त, तिच्या देवदत्तांपेक्षा अगदी निराळे होते.''

''खरं आहे, पोरी. देवदत्त मनानं निर्मळ आहे, असं मोहन नेहमी म्हणायचा.'' बापू मध्येच म्हणाले, लगेच ते थांबले. त्यांनी आवंढा गिळला.

''देवदत्त ही वीज आहे, असं तुम्ही पहिल्याच भेटीत मला सांगितलं होतं. ते शब्द माझ्या मनावर कोरले गेले. ती वीज कुठं तरी पडून तिनं विध्वंस करू नये, ती आभाळात चमकत राहावी, असा प्रयत्न करायचं मी मनाशी ठरविलं. त्यांच्या विचित्र मनःस्थितीची कारणं मी शोधू लागले. एकेक धागा माझ्या हाती लागत गेला. काल रात्री माझी खात्री झाली की, देवदत्त फार दुर्दैवी आहेत. भूतकाळातली भयंकर भुतं त्यांच्या मानगुटीवर बसली आहेत. त्यांना सांभाळायला हवं कुणी तरी. अगदी डोळ्यांत तेल घालून. ते बरे होईपर्यंत मी इथं राहिले, तर–''

बापू डोळ्यांतले पाणी पुशीत म्हणाले,

''नंदाताई, माझी तुला प्रार्थना आहे. हे धाडस करू नकोस तू. तुझं देवदत्तावरलं प्रेम करुणेतून निर्माण झालेलं आहे, हे मला कळतंय्. पण या गावाच्या गळी ते कोण उतरविणार? आपलं सामाजिक मन अजून पाणी आटलेल्या तळ्यासारखं आहे. त्यातला चिखल उगीच अंगावर उडवून घेऊ नकोस. तशीच गरज लागली, तर मी तुला बोलावून घेईन; पण आता तू इथं राहू नकोस.''

नंदा काही बोलली नाही. तिने डोळे मिटून घेतले; पण बापूंना आपला आवेग आवरेना. ते बोलतच राहिले.

''तू इथं राहिलीस, तर उद्या वैनीसाहेब जीव द्यायला निघतील. गडावर जे घडलं नाही, त्याची चर्चा गावभर सुरू होईल. दादासाहेबांच्या नावाला निष्कारण बट्टा लागेल. सावित्रीला बोलता येत असतं, तर तिनं तुला हे चांगल्या रीतीनं समजावून सांगितलं असतं; पण काय करू? त्याही बाबतीत मी दुर्दैवी आहे.''

नंदाने डोळे उघडले. ते डबडबले होते. शांतपणाने ती म्हणाली,

''रात्रीच्या गाडीनं जाते मी, बापू. मात्र जाण्यापूर्वी मला आशीर्वाद द्या.''

''मी कसला आशीर्वाद देणार तुला? मी एक गरीब–''

''नाही, बापू. तुम्ही गरीब नाही. खरे श्रीमंत तुम्ही आहात. तुमच्या काळजात अमृताचा अक्षय झरा आहे. मुलीसारखी माया केलीत तुम्ही माझ्यावर. मला एकच आशीर्वाद द्या– तुमच्या मुलीला न शोभणारा मोह मला केव्हाही होऊ नये.''

बापूंनी आपला थरथरणारा उजवा हात तिच्या मस्तकावर ठेवला. सद्‌गदित स्वराने ते उद्गारले,

'तथास्तु.'

बापूंच्या पायावर डोके ठेवून नंदा वर उठली. भोवताली दाटणाऱ्या काळोखाची तिला जाणीव झाली.

तिने वर पाहिले.

चांदण्या केव्हाच चमकू लागल्या होत्या. पश्चिमेकडे शुक्र झळकत होता— एखाद्या रत्नदीपासारखा!

५६

मुंबईला येऊन महिना होत आला, तरी नंदा मनाने विलासपुरातच वावरत होती. तिथे जे-जे घडले, ते-ते सारे दादांना सांगावे, असे तिला सारखे वाटत होते; पण काही केल्या तिला तो धीर होईना.

तिच्या मनात येई,

देवदत्ताची ही मुलखावेगळी कहाणी दादांना खरी वाटेल का? निर्जीव शब्दांतून देवदत्ताचे दुःख आपण मूर्तिमंत उभे करू शकू का? कल्पित कथेपेक्षा सत्य भयंकर असते, हे खरे! पण ते कुणाच्या दृष्टीने! सप्त पाताळांत लपून बसलेल्या विद्रूप सत्यापर्यंत जो पोहोचतो, त्यालाच हे पटते. देवदत्ताचे दुःख दादांना जाणवले नाही, तर आपल्याविषयी त्यांचा काय ग्रह होईल? आपल्याला एका विवाहित पुरुषाचे आकर्षण वाटू लागले आहे, आणि ओढाळ मनाचे समर्थन करण्याकरिता आपण ही कहाणी रचली आहे, अशी शंका तर त्यांना येणार नाही ना?

रोज पहाटे जाग आल्यावर ती आपल्या मनाचे पृथक्करण करून पाही. एखाद्या यंत्राचे लहान-लहान भाग सुटे करून तपासावेत, तसे. या चिंतनात तिला एक नवी जाणीव झाली. अनेक ओढे मिळून नदी बनते. माणसाची प्रत्येक भावनाही तशीच असते— संमिश्र, अनेकपदरी, आत्मप्रीतीपासून आत्मलोपापर्यंत सर्व छटांनी रंगलेली. देवदत्ताविषयी तिला वाटणारी आपुलकी अशीच होती. त्या भावनेत असामान्य व्यक्तिमत्त्वाचे आकर्षण होते; बेडर वृत्तीचे कौतुक होते; सर्वस्पर्शी बुद्धिमत्तेबद्दल आदरबुद्धी होती; आणि दैवाने त्याला ज्यांच्याशी जखडून या जगात पाठविले होते, त्यांच्या हृदयहीनतेमुळे उद्ध्वस्त झालेल्या त्याच्या जीवनाविषयी करुणाही होती!

पण या भावनेत एवढेच होते का? की आणखी काही? त्या प्रश्नाचे उत्तर ती शोधू लागे, तेव्हा खाणीत खोल-खोल जाणाऱ्या माणसासारखी तिच्या मनाची स्थिती होई. प्रत्येक भावनेला, अगदी नाजूक असा का होईना, वासनेचा एक पदर असतो, असे तिला जाणवे. त्या पदराचे स्वरूप वयावर, प्रसंगावर, स्वभावावर,

परिस्थितीवर अवलंबून असते. प्रसंगी त्याचे अस्तित्व इतर कुणालाही भासत नसेल! पण– या विचारापाशी ती आली, की खोलीत एकटी असूनही बावरून जाई. मनुष्य कोट्यवधी मैलांवर असलेले तारे दुर्बिणीच्या मदतीने पाहू शकतो. पण स्वतःच्या टीचभर हृदयाचा तळ दाखविणारी दुर्बीण कुणी शोधून काढली, तरी तिचा उपयोग करण्याचा धीर त्याला होणार नाही, असे तिला वाटे. ती अंथरुणावर उठून बसे. हात जोडून खिडकीतून झिरपू लागलेल्या प्रातःकाळच्या प्रकाशाची प्रार्थना करी,

'तमसो मा ज्योतिर्गमय। मृत्योर्मा अमृतंगमय।'

५७

या महिन्यात एक गोष्ट मात्र स्पष्ट झाली. मुंबईत हिंडता-फिरताना शेखरच्या स्मृतीने तिच्या जिवाची होणारी घालमेल आता होईनाशी झाली. त्याच्या आठवणी शिकारी कुत्र्यांसारख्या तिच्या जखमी मनाचा पाठलाग करीतनाशा झाल्या. उलट, त्या जपून ठेवलेल्या बाळपणीच्या मोरपिसांसारख्या वाटू लागल्या. 'ओ सजना–' ही आपली आवडती ध्वनिमुद्रिका ती दररोज लावी. पण ती ऐकताना झिमझिम पावसात शेखरला भेटायला निघालेली नंदा, तिच्या डोळ्यांपुढे उभी राहीनाशी झाली. दोन-तीनदा ती समुद्रावर फिरायला गेली. प्रत्येक वेळी तिच्या मनात आले, या समुद्राला बोलता येत नाही, हे फार बरे आहे. नाही तर हजारो लोकांसमोर तो गरजला असता,

'ही वेडी मुलगी पाहिलीत? एका रात्री जीव द्यायला आली होती ही इथं!'

मिलिंदाला निरनिराळ्या रंगी-बेरंगी कागदांची विमाने ती करून देऊ लागली, स्वतःसाठी नवी पातळे आणताना माई 'नको, नको,' म्हणत होत्या, तरी त्यांच्यासाठी तिने एक सुरेख पातळ घेतले. त्या दिवशीच त्यांना त्याची घडी मोडायला लावली. रोज रात्री निजताना मिलिंदाला ती नवी गोष्ट सांगू लागली. मात्र एके दिवशी त्याने हॅम्लेटच्या गोष्टीचा हट्ट धरला, तेव्हा ती म्हणाली,

"लहान मुलांनी असल्या गोष्टी ऐकू नयेत!"

तिचा हा उपदेश ऐकून मिलिंद आश्चर्याने तिच्याकडे पाहतच राहिला.

त्याचे डोळे म्हणत होते,

'तीन-चार महिन्यांपूर्वी ती गोष्ट ऐकण्याइतका मोठा होतो मी! आणि आज लहान झालो! हे कसं काय झालं, बुवा?'

५८

देवदत्तांच्या प्रकृतीविषयी बापूंचे दोन-तीन दिवसांआड तिला पत्र येई. त्याच्या जखमा हळूहळू बऱ्या होत आहेत, हे वाचून तिला आनंद होई. पण मधुरा आणि वसुंधरा यांच्याविषयी त्या पत्रात चकार शब्दही नसे. 'देवदत्त तुझी आठवण काढीत होते,' हे शब्द बापूंच्या पत्रात वाचायला मिळतील, अशा आशेने ती ते उघडी. पण व्यर्थ! मात्र प्रत्येक पत्राच्या शेवटी 'माझे व सौ. सावित्रीचे तुला अनेक आशीर्वाद.' हे लिहायला ते विसरत नसत.

देवदत्त बरा होऊन बंगल्यावर राहायला आला, म्हणजे बापूंची पत्रे बंद होतील, ही कल्पना तिला अस्वस्थ करू लागली. मन दुसरीकडे कुठे तरी गुंतविण्याकरिता पीएच्.डी. च्या प्रबंधाचा ती पुन्हा विचार करू लागली.

या प्रबंधासाठी एके दिवशी संध्याकाळी ती दासबाबूंना भेटायला गेली. ते कुठल्या तरी सभेला गेले होते. त्यांची वाट पाहत ती अभ्यासिकेत बसली. बसून कंटाळा आला, तेव्हा त्यांच्या मेजावरली पुस्तके चाळू लागली. ती चाळता-चाळता तिची दृष्टी समोरच्या चित्राकडे गेली. मागच्या खेपेला दासबाबूंनी हे चित्र तिला दाखविले होते. त्या वेळी घाईघाईने तिने ते पाहिले होते. आता ती एकाग्र मनाने त्याच्या सौंदर्याचा आस्वाद घेऊ लागली.

त्या चित्रातली वेल मोठी विचित्र होती. एका काळसर डोहाच्या काठावर फुलली होती ती! त्या डोहाचा ओलावा तिच्या मुळांना मिळत असावा. त्या वेलीच्या लहान-लहान डहाळ्या आकाशाच्या दिशेने झेप घेत होत्या. जणू लांब उभ्या असलेल्या आईला कवटाळण्याकरिता चिमुकले बाहू पसरणाऱ्या बालिकाच! आकाश त्यांच्यापासून फार-फार दूर होते. त्याचा स्पर्श त्यांना कधीही होणे शक्य नव्हते. पण त्याच्या प्रेमळ स्मितामध्ये त्या नाहून निघाल्या होत्या. प्रत्येक डहाळीवरल्या उत्फुल्ल फुलांचे रंग निराळे होते. काही फुले मिश्र रंगाची होती. पण हे सारे किती नाजूक, किती मोहक दिसत होते.

मात्र या वेलीच्या काही मोठ्या डहाळ्या वेड्यावाकड्या रीतीने उलट वळल्या होत्या. त्या काळसर डोहात पडलेली आपली अंधूक प्रतिबिंबे पाहण्यात त्या दंग झाल्या होत्या. पाताळातून जणू नागिणीच वर येत आहेत, असा ती प्रतिबिंबे पाहून भास होई. त्यांच्यावर फुललेल्या चित्र-विचित्र फुलांचे रंग किती भडक होते!

चित्राखाली चित्राचे नाव नव्हते, चित्रकाराचे नाव नव्हते. मात्र चित्र दाखविताना दासबाबू म्हणाले होते,

"प्रीती या वेलीसारखी असते."

नंदाच्या मनात आले,

या चित्राला 'प्रीती' हे नाव समर्पक ठरेल, की 'मनुष्य' हे नाव योग्य होईल?

चित्रावरून तिने आपली दृष्टी दुसरीकडे वळवली.

कोपऱ्यात बुद्धिबळाचा डाव मांडलेला दिसत होता.

तिला दासबाबूंचे त्या दिवशीचे शब्द आठवू लागले–

"नीट पाहा या पटाकडे. त्याच्या एका बाजूला बसली आहे सती सावित्री. दुसऱ्या बाजूला बसली आहे हॅम्लेटची आई. सावित्रीनं सत्यवानावर प्रेम केलं, ते स्वतःला पूर्णपणे विसरून– आत्मप्रेमाच्या शृंखला तोडून! हॅम्लेटच्या आईला ते जमलं नाही! अनादी काळापासून हा खेळ चालला आहे; अनंत काळ तो चालणार आहे!"

या तंद्रीतून फोनच्या खणखणाटाने ती भानावर आली.

"आपल्याला परतायला उशीर होईल," असे दासबाबू घरी सांगत होते.

नंदा भेटायला आली आहे, असे कळताच त्यांनी तिला फोनवर बोलाविले.

"उद्या संध्याकाळी प्रबंधाच्या कामाकरिता येते." असे सांगून नंदाने त्यांचा निरोप घेतला. मात्र घरी पोहोचेपर्यंत तिचे मन थाऱ्यावर नव्हते. दासबाबूंच्या अभ्यासिकेतले ते चित्र तिच्या डोळ्यांपुढे नाचत होते.

ती घरी आली, तेव्हा बापूंची तार तिची वाट पाहत होती. तारेत एवढाच मजकूर होता–

'वैनीसाहेब अत्यवस्थ. ताबडतोब नीघ.'

५९

रात्री गाडीत अभद्र कल्पनांनी नंदाची पाठ पुरविली. राहून-राहून तिला वाटे,

'वसू अत्यवस्थ आहे,' हे उगीचच लिहिले असावे बापूंनी. खरे अत्यवस्थ असतील देवदत्त! छे! आपण लोकापवादाला भिऊन निघून आलो, हे काही चांगले केले नाही. अशा वेळी देवदत्ताच्या साहसाचे कौतुक करणारे, त्याच्याशी काव्यविनोदात रमून जाणारे, आणि त्याच्या तडफडणाऱ्या मनावर फुंकर घालणारे, कुणी तरी त्याच्यापाशी असायला हवे होते. विलासपुरात तसे कोण आहे? बापू फार प्रेमळ आहेत, देवदत्ताविषयी त्यांच्या मनात खूप माया आहे. पण ते पडले त्याचे नोकर! त्यातही नाकासमोर जाणारे! त्यांच्या पिढीची सगळी त्रैराशिके सम होती. या नव्या पिढीची व्यस्त उदाहरणे त्यांना कशी सोडविता येणार?

६०

नंदाला उतरवून घ्यायला बापू स्टेशनावर आले होते. गाडी बंगल्याकडे जात असताना त्यांच्या तोंडून तिने जी हकीकत ऐकली, ती विलक्षण होती. कसले तरी विषारी औषध घेऊन वसूने जीव द्यायचा प्रयत्न केला होता. डॉक्टरांनी मोठ्या शर्थीने तिचा प्राण वाचविला. पण अजून ती अर्धवट बेशुद्धीतच होती. झोपेच्या गोळ्या घ्यायची फार दिवसांची सवय होती तिला. त्यात या विषाची भर पडली. वसूला इस्पितळात नेल्यावर मधुरेने हाय खाल्ली. ती कुणाचेही ऐकेना! रडून-रडून आकान्त केला तिने! तिला फिट आली. सावध होताच 'नंदा-मावशी, नंदा-मावशी,' म्हणून तिने भोकांड पसरले. त्या पोरीचे दुःख बापूंना बघवेना. म्हणून शेवटी त्यांनी तार केली.

हे सारे ऐकूनही वसूने जीव द्यायचा प्रयत्न करण्यासारखे काय घडले होते, हे नंदाला कळले नाही. ती दुग्ध्यात पडली. पण गाडी बंगल्यापाशी आल्यामुळे तिला बापूंना अधिक खोदून विचारताही येईना!

६१

व्हरांड्यात मधुरा तिची वाट पाहत उभी होती. गाडी थांबताच ती धावली. नंदाला तिने कडकडून मिठी मारली. मग तिचे एकच ध्रुवपद सुरू झाले :

"पुन्हा जाणार नाहीस ना तू मुंबईला?"

"नाही, नाही..." म्हणून तिचे समाधान करता-करता नंदाच्या नाकी नऊ आले.

चहा झाल्यावर बापूंना घेऊन ती आपल्या खोलीत गेली.

बापूंनी कशी-बशी सांगितलेली सारी हकीकत ऐकून ती सुन्न होऊन गेली. डोळ्यांत उभे राहिलेले पाणी पुशीत ती स्वतःशीच पुटपुटली,

'माणसाचं मन इतकं दुष्ट होऊ शकतं? एका निष्पाप, मुक्या जिवाची–'

चंचलच्या आठवणीने तिचा गळा दाटून आला. पहिल्या दिवशी गळ्यातले घुंगूर वाजवीत लायब्ररीत आलेली आणि बुजऱ्या नजरेने आपल्याकडे पाहणारी चंचल, पुढे लडिवाळपणाने आपल्या स्वागताकरिता व्हरांड्यात येऊन उभी राहणारी चंचल, मग जवळ येऊन आपले मस्तक घाशीत, देवदत्त विलासपुरात आहे, की नाही, हे डोळ्यांनी सांगणारी चंचल– चंचलची अनेक रूपे तिच्या डोळ्यांपुढे उभी राहिली.

बापू निघून गेले, तरी नंदा तशीच बसून राहिली. त्यांनी सांगितलेल्या साऱ्या

गोष्टींचा एक चित्रपटच तिच्या मनात तयार झाला होता. तो आता तिच्या डोळ्यांपुढून झरझर सरकू लागला–

वसू देवदत्ताच्या समाचाराला जाते.

तो तिच्याशी बोलत नाही, मात्र 'नंदाचं पत्र आलं का? ती केव्हा परत येणार आहे?' असे तो बापूंना विचारीत राहतो.

ते ऐकून वसू त्याच्याशी भांडण उकरून काढते.

देवदत्त उत्तरतो,

'नशिबानं तुझी नि माझी गाठ बांधलीय्. पण आपणां दोघांच्या वाटा अगदी निराळ्या आहेत. मला फक्त दोन मित्र आहेत या जगात– नंदा आणि चंचल. त्यांतल्या नंदाला भलता संशय घेऊन तू इथून घालवून दिलंस. फार दुष्ट आहेस तू!'

त्याच्या बोलण्याने वसू चिडते, बेभान होते. चंदनगडावरल्या ऐकीव गोष्टींचे तिखट-मीठ लावून वर्णन करते.

देवदत्त संतापतो,

'चल, चालती हो इथनं, पुन्हा तोंड दाखवू नकोस मला!' म्हणून तो तिच्या अंगावर ओरडतो.

चार-चौघांसमक्ष झालेल्या या अपमानाने भडकलेली वसू, देवदत्त जन्मभर विसरणार नाही, असा धडा त्याला शिकवायचे ठरविते.

तो बंगल्यावर परततो, त्या दिवशी नोकराकरवी ती चंचलला खाण्यातून विष घालते. देवदत्ताच्या डोळ्यांसमोर त्याची लाडकी बेटी तडफडत मरते!

ही सारी वसूची करणी आहे, हे त्याला कळते. तिने आपल्यावर घेतलेला हा सूड पाहून तो बेभान होतो! तो तिच्या बंगल्यावर जातो. तो तिचा गळा धरून 'चंचलच्या सोबतीला तुलाही पाठवितो,' अशी धमकी तिला देतो.

त्याच्या मागोमाग धावत आलेले बापू मधे पडतात.

देवदत्त वसूला सोडून देतो. खाली मान घालून तो म्हणतो,

'चुकलं माझं, बापू. अजून ताब्यात राहत नाही माझं मन. अशी चूक पुन्हा होऊ देणार नाही मी. कृपा करून नंदाला हे कळवू नका. तिला फार दुःख होईल हे ऐकून!'

देवदत्त निघून जातो.

पण भीतीने अर्धमेल्या झालेल्या वसूला आपल्या मनाचा तोल सावरता येत नाही! लहान-सहान आवाजाने तिचा थरकाप उडतो. देवदत्त बंदूक घेऊन आपल्याला गोळी घालायला येत आहे, या विचाराने ती भ्रमिष्टासारखी वागू लागते. झोपेच्या गोळ्या घेऊनही तिला झोप येत नाही! शेवटी भीतीच्या भरात तीन-चार महिन्यांपूर्वी

पैदा केलेले विषारी औषध ती घेते.

दुसऱ्या दिवशी सकाळी वसूच्या आत्महत्येच्या प्रयत्नाची बातमी गावभर होते.

देवदत्त स्वतःला आपल्या बंगल्यात कोंडून घेतो. तो धड खात-पीत नाही. 'होय–नाही' याशिवाय कोणाशी दुसरे काही बोलत नाही.

त्याच्या मनात नेहमी घोळणाऱ्या आत्महत्येच्या विचाराची नंदाकडून बापूंना कल्पना आलेली असते. ते हादरून जातात. त्यातच मधुरेच्या हट्टाची भर पडते. नंदाला बोलावून घेण्याखेरीज बापूंना गत्यंतर उरत नाही.

६२

कल्पनेने हे सारे प्रसंग डोळ्यांपुढे उभे करताना नंदा मनाशी म्हणत होती, 'माणसाच्या विवेकशक्तीपेक्षा त्याचे मनोविकार किती बलवत्तर असतात!'

'गांधींच्यापेक्षा शेक्सपिअरला मनुष्य अधिक कळला होता,' या दासबाबूंच्या आवडत्या उक्तीत किती भयंकर सत्य भरले आहे! पण वसूचा वेडा सूड आणि देवदत्ताचा अंधळा राग हे काही परीक्षेला लावलेल्या शोकांतिकेतील अभ्यासाचे विषय नव्हते! त्यांच्याशी तिला मुकाबला करायचा होता. तो कसा करायचा, या विचारात ती व्यग्र होऊन गेली.

६३

स्नान आटोपून नंदा वसूच्या समाचाराला इस्पितळात गेली, तेव्हा अकरा वाजायला आले होते.

वसूच्या बिछान्यापाशी उभे राहून तिने मायेने भरलेल्या, पण कातर अशा स्वराने हाक मारली.

'वसू.'

पण काही उत्तर आले नाही.

वसूच्या हातापायांचा अस्वस्थ चाळा मात्र सुरू होता. मधेच ती डोळे उघडून क्षणभर इकडे-तिकडे पाहत होती. पण आजूबाजूची माणसे तिला ओळखता येत नसावीत!

वसूची ही स्थिती पाहून नंदाला भडभडून आले. डॉक्टरांशी चार शब्द बोलून ती खोलीतून बाहेर पडायच्या बेतात होती. इतक्यात वसूच्या मुद्रेवर मंद स्मित दिसू लागले. तिला शुद्ध आली असावी! खोल गेलेल्या आवाजाने तिने हाक मारली,

"नंदा."

नंदा आनंदाने तिच्याजवळ गेली. तिच्या केसांवरून हात फिरवू लागली. अजाण बालकाप्रमाणे नंदाकडे टकमक पाहत वसू पुटपुटली,

"मला जगायचंय्! मला जगावंसं वाटतंय्, ग!"

लगेच तिच्या डोळ्यांतून घळघळा पाणी वाहू लागले. तिच्या तोंडावरून आपला गहिवरलेला हात फिरवीत नंदा म्हणाली,

"वेडी कुठली! हां-हां म्हणता बरी होशील तू! मागचं सारं विसरून जा. म्हणजे–"

नंदाच्या या शब्दांसरशी वसूची चर्या एकदम बदलली. तिच्या मुद्रेवरले स्मित मावळले. नजरेतल्या भाल्याने नंदाला भोसकीत ती ओरडली,

"नाटकी, सटवी! माझ्या संसारात बिब्बा घालायला आलीय्! चल, चालती हो! जा! जा! जा!"

डॉक्टरांनी नंदाला खुणेने बाहेर जायला सुचविले.

विषण्ण मनःस्थितीत नंदा बंगल्यावर परतली.

आता तिला दुसरे दिव्य करायचे होते– देवदत्ताची भेट घ्यायची होती. त्याला केव्हा भेटावे, याचा ती विचार करू लागली. इतक्यात बापू लगबगीने तिला भेटायला आले. तिच्या हातात एक लिफाफा देत ते म्हणाले,

"तू आल्याचं मी देवदत्तांना सांगितलं. किती तरी वेळ ते काहीच बोलले नाहीत. मग तुला देण्यासाठी त्यांनी हे पत्र माझ्याकडे दिलं."

आतले पत्र चांगले जाडजूड होते. पण लिफाफ्यावर कुणाचेच नाव नव्हते. आपली भेट टाळण्याकरिता देवदत्तने हे पत्र पाठविले नसेल ना, अशी शंका तिला आली. अस्वस्थ मनाने तिने लिफाफ्यातले पत्र बाहेर काढले.

छे! ते अक्षर देवदत्ताचे नव्हते. बायकी अक्षर वाटत होते ते! गोंधळलेल्या मनःस्थितीतच ती ते पत्र वाचू लागली–

६४

चि. देवदत्त यांस अनेक आशीर्वाद,

या पत्राचं अक्षर पाहताच तुझ्या तळपायाची आग मस्तकाला जाईल. पत्राचे तुकडे-तुकडे करून तू ते वाऱ्यावर फेकून देशील. म्हणून आरंभीच पदर पसरून तुझ्यापाशी एक भीक मागते. आई म्हणून नव्हे! तो अधिकार मी केव्हाच गमावला आहे! पण देवाच्या दुनियेतलं एक दुर्दैवी माणूस

म्हणून. बाळा देवदत्ता, माझी ही कहाणी ऐकून घ्यायची कृपा करशील ना?

या भिकारणीच्या कटोऱ्यात दयेचा एवढा तुकडा टाकशील ना?

माझ्या राजा,– होय. पाळण्यात पडून अर्ध्या-उघड्या डोळ्यांनी तू माझ्याशी बोलायचास, तेव्हा अशीच हाक मारीत असे मी तुला. माझ्या राजा, तो दिवस माझ्या आयुष्यात उगवला नसता, तर फार-फार बरं झालं असतं! तो दिवस– ज्या दिवशी बंदूक घेऊन तू माझ्या अंगावर धावलास, ज्या दिवशी छोटी मधुरा तुझा भयानक अवतार पाहत किंचाळत बेशुद्ध पडली– तो दिवस!

सात-आठ महिने होत आले. हे काळं तोंड पुन्हा तुला दाखवायचं नाही, असा मनाशी निर्धार करून मी विलासपूर सोडलं. कुणालाही बरोबर न घेता, मी कुठं आहे, हे तुला, सूनबाईला, बापूंना, कुणालाही कळू दिलं नाही. मात्र प्रत्येक रात्री उशीवर डोकं ठेवलं, की मनात येतं, त्या दिवशी मी मेले असते, तर या यमयातनांतून मुक्त झाले असते. 'देवदत्ताची भरलेली बंदूक मी सहज उचलली आणि ती अचानक उडाली,' असा कबुलीजबाब मी दिला असता! मग तुझ्या मांडीवर डोकं ठेवून कायमचे डोळे मिटले असते!

पण तेवढं कुठं आहे माझं भाग्य? जगातल्या कुठल्याही आईनं आपल्या मुलाला लिहिलं नसेल, असं हे पत्र लिहिण्यासाठी मी जिवंत राहावं, अशी देवाची इच्छा होती. 'आईपेक्षा मोठं दैवत नाही,' असं लोक म्हणतात; पण आई-बाप काय, नवरा-बायको काय, सारी माणसंच असतात, रे! वरचं नातं खरवडलं, की आत उरते, ती नुसती माती– साधी माती नव्हे! धगधगणाऱ्या वासनेच्या तेलानं माखलेली माती– हां-हां म्हणता भडकणारी माती!

बाळा, माझ्यामुळं तुझ्या आयुष्याची राखरांगोळी झाली. तुझ्या दृष्टीनं मी फार मोठी गुन्हेगार आहे; पण एक गोष्ट विसरू नकोस,– बहुतेक माणसं थोड्या-फार प्रमाणात गुन्हेगार असतात! फरक एवढाच की, एखाद्याच्या गुन्ह्याची चौका-चौकांत दवंडी पिटली जाते; दुसऱ्याच्या गुन्ह्याचा या कानाचा त्या कानाला पत्ता लागत नाही!

माझ्या आयुष्याला जी अभद्र कलाटणी मिळाली, तिला माझ्याइतकेच तुझे वडीलही जबाबदार आहेत. तू बंदूक घेऊन माझ्या अंगावर धावलास, तेव्हा मी एवढंच म्हणायला हवं होतं, 'खुशाल मार तू मला; पण तुझा आरोप खोटा आहे. तुझ्या वडिलांचा कुणीही खून केला नाही! ते अजून जिवंत आहेत!' पण त्या वेळी माझी दातखिळी बसली. मधुरा बेशुद्ध

झालेली पाहून माझ्या तोंडातून शब्द बाहेर फुटेना.

तुझे वडील परवापर्यंत जिवंत होते. वीस वर्षांपूर्वी आत्महत्येचं पत्र लिहून ठेवून ते चंदनगडावर गेले असावेत; पण घारकड्यावर उभं राहून आपला देह समोरच्या दरीत झोकून देण्याचा धीर त्यांना झाला नसावा! मी त्यांच्या भित्रेपणाला हसत नाही. जीव द्यायचा विचार माझ्याही मनात अनेकदा येऊन गेलाय्; पण खरं सांगते तुला, माणूस कितीही दुःखी असो, रोगी असो, दरिद्री असो, त्याचं खरं प्रेम असतं एका गोष्टीवर–जगण्यावर.

तुझे वडील मधल्या काळात कुठं होते, याची मला कल्पना नाही. सहा-सात वर्षांपूर्वी मला ते अचानक दिसले. प्रयागात. मी संगमावर स्नान करायला गेले होते, तिथल्या गर्दीत. अंगावर लक्तरं असलेला हा वेडा एके काळी आपला नवरा होता, हे स्वतःशी कबूल करणं मला फार जड गेलं; पण मी कितीही दुष्ट असले, तरी मला वेड लागलं नव्हतं! त्यांना तिथं सोडून जाणं माझ्या जिवावर आलं. वेड्यांच्या इस्पितळात पोहोचविलं मी त्यांना. त्यांच्या खर्चाची तरतूद केली. अलीकडे मी वरचेवर तीर्थयात्रेला जात असे. या यात्रेतलं मुख्य तीर्थ होतं, ते वेड्यांचं इस्पितळ! एक विश्वासू कारकून आणि एक खात्रीची कुळंबीण माझ्या बरोबर असत. त्या दोघांनी माझं दुःख जाणलं. माझं गुपित संभाळून ठेवलं.

डॉक्टरांनी खूप उपचार करून पाहिले; पण त्यांना गुण आला नाही. शेवटी-शेवटी तर कुबेरावर स्वारी करून त्याची संपत्ती लुटून आणायच्या गोष्टी ते डॉक्टरांपाशी करू लागले. संपत्तीच्या या अनिवार वेडानं त्यांचा, माझा, तुझा, सर्वांचा घात केला.

पीठ आहे, तर मीठ नाही, अशा घरात तुझे वडील जन्माला आले. तिथंच वाढले, विलासपूरच्या जहागिरदारांच्या वंशात दुसरा कुणी मुलगा नव्हता. म्हणून त्यांना दत्तक घेण्यात आलं. या दत्तकाचे वाद वर्षानुवर्ष चालले होते पुढं! तुझे वडील फार देवभोळे होते. बाळपणी कुणा ज्योतिष्यानं त्यांना मोठा धनयोग सांगितला होता, म्हणे! दत्तक झाल्यावर त्या भविष्याचा पडताळा आला त्यांना! पण त्यामुळंच मंत्र-तंत्र, जादू-टोणा, ज्योतिष-रमल, बुवा-बैरागी यांच्यावरली त्यांची अंधळी श्रद्धा वाढत गेली. दत्तकाच्या वादाचा निकाल विरुद्ध होईल, आणि पुन्हा आपल्या हाती झोळी येईल, या भीतीनं ते नेहमी मलूल असायचे! आपण दारोदार भीक मागत फिरत आहोत, असं स्वप्न त्यांना वारंवार पडायचं! भर मध्यरात्री घामाघूम होऊन ते जागे व्हायचे, चिंता करीत बसायचे. गांधींच्या चळवळीनं तर त्यांची भीती शिगेला पोहोचली. स्वराज्य आलं, की संस्थानं नि जहागिरी खलास होणार,

असं बापूंच्यासारखी माणसं सभांत बोलायची. ते वाचून तुझे वडील अगदी चेकाळून जायचे!

हिमालयातल्या एका साधूपाशी परीस आहे, असं त्यांना कुणाकडून तरी कळलं! ते धडपडत हिमालयात गेले. वणवण फिरले. परत आले, ते एका गोऱ्या-गोमट्या, तरण्या-ताठ्या बुवाला बरोबर घेऊन. आपल्या बेंबीतून त्यानं लक्ष्मीची मूर्ती काढून दाखविली होती त्यांना! ती पाहून हा बुवा मंत्र-तंत्रानं आपल्यावर पैशांचा पाऊस पाडील, अशा आशेनं ते त्याला घेऊन आले. तो बुवा आला, आणि–

तुझ्या वडिलांचं हे वेड आणि त्यापायी माझ्याकडे होणारं त्यांचं दुर्लक्ष मी कसंबसं सोशीत होते. पण कुबेराचं भांडार मिळावं, म्हणून या बुवानं तुझ्या वडिलांना जे नियम पाळायला लावले, त्यांतला पहिला होता, कडक ब्रह्मचर्याचा!

कळू लागल्यापासून कुठलीही इच्छा आवरायला कुणी मला शिकवलं नव्हतं! तुझे वडील तर माझ्या पदराचा वारासुद्धा वर्ज्य मानू लागले.

अजून तो दिवस आठवतो मला. विषमज्वरानं मी फणफणले होते. तुझे वडील खोलीत आले; पण ते माझ्याजवळ बसले नाहीत. माझ्या अंगावरून त्यांनी हात फिरवला नाही. 'छा-छू' असं काहीतरी पुटपुटत चिमूटभर अंगारा त्यांनी दुरून माझ्यावर फेकला, आणि 'आता हिला कळि-काळाचंसुद्धा भय नाही!' असं म्हणत ते बाहेर निघून गेले.

शरीरसुख हा नवरा-बायकोंच्या मनाची जुळणी करणारा एक नाजूक दुवा असतो. तोच तुझ्या वडिलांनी तोडून टाकला! निष्प्रेम आयुष्यामुळं माझ्या साऱ्या भावना करपून गेल्या. शरीरसुखाखेरीज पतिपत्नींना परस्परांच्या सहवासाची आणि सहानुभूतीची सदैव गरज असते; पण ही गोष्ट तुझ्या वडिलांच्या गावीही नव्हती. सुखासाठी भुकेलेलं शरीर आणि मायेसाठी तहानलेलं मन यांनी मला जीव नको-नकोसा केला. माझ्या संसारात विष कालवणाऱ्या त्या बुवाचा सूड घ्यायचं मी ठरविलं. तो मी घेतला! त्याला मोह घालून! पापाच्या खोल-खोल दरीत ढकलताना त्याच्या पाठोपाठ मीही गडगडत त्या दरीत गेले.

एवढं कसंबसं लिहिलं. आता माझ्या पुढच्या अधःपाताची कहाणी कोणत्या शब्दांनी तुला सांगू? जे करायची लाज वाटत नाही, ते सांगायला माणूस का शरमतो? पाप घुबडासारखं असतं का? काळोखच त्याला आवडतो?

तू मला निर्लज्ज म्हण! पण या शेवटच्या घटकेला तुझ्यापासून काही-

काही चोरून ठेवायचं नाही मला. त्या बुवाचा सूड घेतल्याच्या समाधानात माझा दिवस जाई; पण रात्र झाली, की सुखासाठी हपापलेलं शरीर त्याच्या घट्ट मिठीच्या कल्पनेनं मोहरून जाई. मांत्रिकाच्या हातातून निसटलेल्या नागिणीसारखी माझी वासना मोकाट सुटली. इतकी की, काही वेळा माझी मलाच तिची भीती वाटू लागे.

त्या बुवाच्या भगव्या वस्त्राखाली आमचं पाप बरेच दिवस लपून राहिलं; पण शेवटी तुझ्या भोळ्या वडिलांनासुद्धा त्याचा संशय आला. आमच्यावर त्यांनी पाळत ठेवली. त्या बुवाला लवकरच आपलं चंबू-गवाळं गुंडाळून पळून जावं लागलं.

हे प्रकरण सुरू असतानाच गावातल्या एका प्रौढ, लोकप्रिय डॉक्टरांशी माझी मैत्री झाली होती. पाप करणाऱ्यांना हुशार वकील आणि डॉक्टर यांचा मोठा आधार असतो! या डॉक्टरांना आपल्या कामाचा मोबदला पैशात नको होता. झालं! माझी प्रकृती वारंवार बिघडू लागली! मुंबई-पुण्यातल्या बड्या डॉक्टरांनासुद्धा माझ्या रोगाचं निदान करता येईना. रात्री-अपरात्री मला डॉक्टरांची जरूर लागे. म्हणून ते कुटुंबवत्सल गृहस्थ रात्रभर आमच्या बंगल्यावरच राहू लागले!

जंगलात लागलेला वणवा कधी लवकर विझलाय् का? माझ्या आजाराचं खरं स्वरूप लवकरच तुझ्या वडिलांच्या लक्षात आलं. अफाट संपत्ती मिळविण्याचे त्यांचे सारे दैवी प्रयत्न फसले होते. ते स्वतःवर आणि जगावर चिडले होते. त्या आगीत हे तेल पडलं. चंदनगडावर आपण आत्महत्या करीत आहोत, असं पत्रं मागं ठेवून ते एके दिवशी नाहीसे झाले.

तू नऊ-दहा वर्षांचा होतास तेव्हा. डॉक्टरांच्या माझ्याशी चालणाऱ्या सलगीचा अर्थ तुला लवकरच कळू लागेल, या भीतीनं मी बेचैन झाले. मी डॉक्टरांना सल्ला विचारला. ते स्वत: मनसोक्त मद्यपान करीत असत. मलाही त्याचं वावडं नव्हतं. तुझं मन बोथट करण्याकरिता आमच्या बैठकीत त्यांनी तुला सामील करून घेतलं. माझ्या हातानं मद्याचा पहिला प्याला मी तुझ्या हाती दिला. आता मी कायमची निर्भय झाले, असं मला वाटलं. दारूसारखाच पापाचाही कैफ चढतो, हेच खरं! त्या कैफात मी चांडाळणीनं पोटच्या गोळ्याला एका भयंकर व्यसनाच्या गर्तेत ढकललं!

नरकाच्या राजरस्त्यानं अशी धावत होते मी! पण मधेच मागं पडलेल्या स्वर्गाच्या पाउलवाटेची मला आठवण होई. बापूंच्या बायकोचा हेवा वाटे. नवऱ्याचा एक पाय सदा-न्-कदा तुरुंगात! पण सावित्रीबाई धुतल्या तांदळासारखी राहिली. बिचारीच्या अंगाला नवं कोरं लुगडं भेटायचं, ते सटी-सामासी; पण

केव्हाही पाहा, ती हसतमुख दिसायची. तिच्या तृप्त मनाचं कोडं मला कधीच उलगडलं नाही! पण एखादे वेळी वाटे, या बाईचं मन देवानं मला का दिलं नाही?

पैशामुळं पाप पचतात; पण मनं कुजतात!

तुझ्या हाती मद्याचा प्याला देताना माझा हात गळून कसा पडला नाही? तुझ्या अतिरेकी स्वभावाची मला पूर्ण कल्पना होती. पाचव्या वर्षी तुला पोहायला शिकवलं. लगेच तू मोटेवरनं विहिरीत उड्या टाकू लागलास. नाठाळ घोडं तुला अधिक आवडायचं. तू त्याच्यावर मांड ठोकून बसलास, म्हणजे माझ्या मनातली एक आई मीठ-मोहऱ्यांनी तुझी दृष्ट काढी; आणि दुसरी आई तुला कुठं अपघात होणार नाही ना, या शंकेने व्याकूळ होई; पण त्या दोन्ही आया त्या अमंगळ दिवशी मेल्या होत्या. उरली होती, ती एक हडळ!

तू जहागिरीचा वारस होतास. हां-हां म्हणता चंगी-भंगी दोस्त तुझ्याभोवती गोळा झाले. कुठल्याही गोष्टीत शेवटचं टोक गाठायचं, हा तुझा स्वभाव. अवघ्या पाच-सहा वर्षांत तू पूर्णपणे माझ्या हातांबाहेर गेलास. तुझ्या काळजीनं माझं काळीज तिळतिळ तुटू लागलं, पण तुला उपदेशाचे दोन शब्द सांगायला मला तोंड होतं कुठं?

पुढं बापूंच्या मोहनची आणि तुझी ओळख झाली. माझा जीव भांड्यात पडला. मोहनच्या नादानं तू चांगली पुस्तकं वाचू लागलास. तो सतार सुरेख वाजवायचा. तू सतार शिकू लागलास. तुला संगीताची गोडी लागली. या साऱ्या चांगल्या छंदांत तुझं दारूचं व्यसन हळूहळू सुटेल, असे मी मनात मांडे खात होते; पण दैवानं मला दगा दिला. तुला वाचविताना मोहन मोटारीखाली सापडला. तो गेल्यावर तुझ्या वर्तनाला कुठलाच ताळतंत्र राहिला नाही.

माझ्या राजा, मी तुझी फार-फार अपराधी आहे. पती या नात्यानं तुझ्या वडिलाचं माझ्याविषयी काही कर्तव्य होतं. ते त्यांनी पार पाडलं नाही, म्हणून मी त्यांच्यावर उलटले. सूड घ्यायला गेले. पण तो सूड उलटला माझ्यावर! तुझ्या बेबंद मनाच्या आणि उद्ध्वस्त संसाराच्या रूपानं! तुझ्या वडिलांकडून मी कर्तव्याची अपेक्षा करीत होते; पण तुझ्याविषयी आई या नात्यानं माझंही काही कर्तव्य आहे, हे मात्र मी सोयिस्करपणे विसरले होते! वासना अंधळी असते; तिला कर्तव्य कधीच दिसत नाही, हेच खरं!

हे शेवटचं पत्र आहे माझं तुला. म्हणून इतकी लांबण लावली. हे सारं वाचून या अभागी आईसाठी तुझ्या डोळ्यांतून चार-दोन दयेचे थेंब या पत्रावर

पडले, तर तिच्या काळजात पेटलेली आग थोडी तरी शांत होईल!

आई म्हणून नव्हे, तर आयुष्यातले सारे कडू अनुभव घेतलेली एक बाई म्हणून मी तुझ्याकडं एक मागणं मागते. मागच्या साऱ्या काळ्याकुट्ट गोष्टी मनाच्या पाटीवरून पुसून टाक. शिकार करताना जे धैर्य तू नेहमी दाखवीत आलास, त्याचा प्रत्येक मोहाच्या क्षणी तुझ्या अंगी संचार होऊ दे. वसू वेडी आहे, तिला तुझं मन कळलं नाही. तुला सांभाळता आलं नाही; पण तुझं तिच्याविषयी काही कर्तव्य आहे. तिच्याकडे लक्ष दे. निदान मधुरेसाठी तरी. माझ्या, तुझ्या आणि वसूच्या अपराधांबद्दल त्या अश्राप पोरानं काय म्हणून प्रायश्चित्त भोगावं?

अंगात ताप असेपर्यंत मनुष्य बडबडत राहतो. ताप उतरला, की त्याला थकवा येतो. स्वस्थ पडून राहावंसं वाटतं. माझी स्थिती आता तशीच झाली आहे.

मागच्या आठवड्यात तुझ्या वडिलांना देवाज्ञा झाली. वेड्यांच्या इस्पितळात! पहाटे गंगास्नानाला जाऊन काळजातला डोंब कायमचा विझवायला मोकळी झाली आहे मी आता. एकच शंका सारखी मनाला टोचतेय्! या पापिणीला गंगामाई तरी मायेनं पोटाशी घेईल का? खरंच, मेल्यावर नरकात तरी मला जागा मिळेल का? तिथं पिचत पडलेले पापी प्राणी माझी चाहूल लागताच सारी दारं बंद करून घेणार नाहीत ना?

माझ्या राजा, तुला आई होती, हे विसरून जा. मात्र एक गोष्ट लक्षात ठेव– आयुष्यात फुलायचं असतं; जळायचं असतं; माझ्यासारखं कुजायचं नसतं!

तुझी
दुर्दैवी आई

६५

नंदाचे शरीर प्रवासाने शिणले होते. वसूची अवस्था पाहून तिच्या मनाला धक्का बसला होता. अशा स्थितीत हे पत्र तिच्या हातात पडले. ते वाचून ती अगदी सुन्न होऊन गेली. रणांगणावर छिन्न-भिन्न प्रेतांच्या रक्ता-मांसाचा सडा पडावा, तसा जीवनात सर्वत्र नागड्या-उघड्या वासनांचा काला पसरला आहे, या विचाराने तिचे मस्तक बधिर झाले. हा ओंगळ काला तुडवीत प्रत्येकाला आयुष्याचा प्रवास करावा लागतो, या जाणिवेने तिचे सारे अंग शहारत राहिले.

जेवायला उठावेसे वाटत नव्हते तिला. पण मधुरेसाठी ती पानावर बसली. कसेबसे चार घास तिने पोटात ढकलले. थोडी विश्रांती मिळाल्यावाचून देवदत्ताशी बोलण्याचे त्राण आपल्या अंगी येणार नाही, हे तिच्या लक्षात आले. मधुरेला जवळ घेऊन ती लवंडली. तिच्याशी गुलूगुलू गोष्टी करीत मधुरा पऱ्यांच्या राज्यात खेळायला गेली. पण नंदाच्या पापण्या काही केल्या मिटेनात!

देवदत्ताच्या आईचे ते पत्र– जितकी अभद्र, तितकीच काळीकुट्ट कहाणी! हे सारे खरे असेल का? पण हे सारे खोटे तरी कसे असेल? स्वतःची वकिली कशी करावी, हे ज्याला-त्याला उपजतच समजते! तेव्हा या पत्रात आत्मसमर्थनाचा भाग असेल. नाही, असे नाही. तो सोडून दिला, देवदत्ताच्या वडिलांची काही बाजू असेल, हे मान्य केले, तरी या पत्रातून प्रकट होणारे जीवनाचे स्वरूप किती बीभत्स, किती भीषण आहे! मनुष्य एकदा माणुसकीपासून ढळला, की तो नुसता पशू होत नाही; तो राक्षस बनत जातो!

कुशीत झोपलेल्या मधुरेकडे डोळे भरून पाहता-पाहता तिच्या मनात आले, एके काळी देवदत्ताची आईही या पोरीइतकीच निष्पाप होती! पण माणसाला सदैव लहान राहता येत नाही! वयाबरोबर त्याच्या शरीराच्या आणि मनाच्या भुका वाढत जातात. त्या तृप्त करण्यासाठी कुठल्या तरी वाटेने त्याला पुढे जावेच लागतेय. या वाटचालीत वळणावळणाला नाना प्रकारचे मोह दबा धरून बसलेले असतात. ते सारे टाळून पुढे जाणे हे सामान्य माणसाच्या दृष्टीने काही सोपे काम नाही!

तिचे विचारचक्र गरकन् फिरले. देवदत्ताच्या आईविषयी मनात निर्माण झालेल्या घृणेला करुणेचा एक प्रवाह येऊन मिळाला.

तिचे मन म्हणू लागले,

आपल्या आयुष्याची मनासारखी घडण करायला या जगात माणूस मोकळा आहे कुठे? तो कधी दैवाचे, तर कधी समाजाचे खेळणे होतो. कधी स्वतःच्या, तर कधी इतरांच्या मनोविकारांच्या भक्ष्यस्थानी पडतो. त्याला कधी पूर्वजांच्या, तर कधी स्वतःच्या पापाचे प्रायश्चित्त भोगावे लागते. बिचारा जन्माला येतो, तोच मुळी वासनांच्या चक्रव्यूहात सापडून!

चक्रव्यूह?

विचारचक्र आता उलट दिशेने फिरू लागले– या चक्रव्यूहाचा भेद करण्याची शक्ती परमेश्वराने पशु-पक्ष्यांना दिलेली नाही. ते नैसर्गिक वासनांचे गुलाम असतात. पण मनुष्य हा मोठा भाग्यवान प्राणी आहे. त्याची बुद्धी चांगले काय, आणि वाईट काय, हे पारखू शकते. वासनेच्या झंझावातानेही त्याच्या अंतःकरणातील भावनेचा नंदादीप विझत नाही. नैसर्गिक वासनांप्रमाणे संस्कृतीच्या प्रेरणांचा वारसाही त्याला मिळालेला असतो. देवदत्ताच्या आईची कहाणी वाचून तिची

कितीही कीव आली, तरी जे घडले, त्याला इतरांपेक्षा तीच अधिक जबाबदार आहे. शरीराच्या भुका तिला चटकन् जाणवल्या; पण आत्म्याच्या हाका मात्र तिला कधीच ऐकू आल्या नाहीत!

देवदयेने सोन्यासारखा मुलगा लाभला होता तिला. ही कल्पवृक्षाची कळी फुलविण्यासाठी तिने रक्ताचे पाणी केले असते, तर? ते रक्त असे बेफाम होऊन व्यभिचाराच्या खातेऱ्यात रमत-गमत राहिले नसते!

एका पापाच्या पोटी हजार पापे जन्माला येतात, हेच खरे! आपल्या मनाची कदर न करणाऱ्या पतीपासून दूर होण्याचा धीर देवदत्ताच्या आईला झाला नाही. सुख-विलासांकडे पाठ फिरवायची तिची तयारी नव्हती! वसूने पुन्हा तीच चूक केली. देवदत्तावर प्रेम न करता, त्याच्या प्रेमाची ती अपेक्षा करीत राहिली, मधात पडलेल्या माशीसारखी सुरक्षित जीवनाला चिकटून बसली! छे! या जगात मनुष्य परतंत्र आहे, हे पूर्ण सत्य नाही. ते अर्धसत्य आहे. तो मनानं दुबळा आहे, फार-फार दुबळा आहे, हा त्या सत्याचा दुसरा भाग आहे.

“मावशी!” झोपेत मधुरा ओसणली.

तिला घट्ट पोटाशी धरून हळूच तिचा पापा घेत नंदा पुटपुटली,

‘नाही, तुला मी अशी दुबळी होऊ देणार नाही!’

६६

तिसऱ्या प्रहरी मधुरेचे बोट धरून नंदा देवदत्ताच्या बंगल्याकडे जायला निघाली,

ती कुठे जात आहे, याची कल्पना येताच मधुरा एकदम थांबली. नंदाकडे भयभीत दृष्टीने पाहत ती उद्गारली,

“तिथं राक्षस राहतो, मावशी. तिकडे जायचं नाही, म्हणून सांगितलंय् आईनं.”

“वेडी कुठली! अग, राक्षस डोंगराएवढा मोठ्ठा असतो. त्याचं डोकं आभाळाला लागतं. आपल्या छोट्या बंगल्यात त्याला शिरता तरी येईल का? या बंगल्यात आहेत तुझे बाबा. केवढी मोठ्ठी वाघीण मारली त्यांनी परवा! ते खूप-खूप खेळणी आणून देणार आहेत तुला!”

मधुरा नंदाबरोबर चालू लागली. चालता-चालता मधेच नंदाकडे एखादा कटाक्ष टाकी. त्यात भीतीची छटा नकळत उमटून जाई.

देवदत्ताच्या दिवाणखान्यात नंदाने प्रवेश केला, तेव्हा तो तिथे नव्हता.

नोकर वर्दी द्यायला गेला.

दिवाणखान्यात मध्यभागी येऊन नंदाने चोहींकडे पाहिले.

सारे जिथल्या-तिथे होते. बुद्धाचा पुतळासुद्धा!

क्षणभर तिला वाटले, आपण या दिवाणखान्यातच चहा प्यायला आलो होतो, त्या क्षणापाशीच काळ-पुरुष थांबला आहे.

छे! तो थांबला नव्हता. दोन कोपऱ्यांत असलेली हेमिंग्वे आणि विवेकानंद यांची भव्य चित्रे आज मधेच अगदी जवळ-जवळ ठेवलेली दिसत होती. जणू जीवनाच्या दोन भिन्न मार्गांनी गेलेले भाऊ-भाऊच होते ते! त्या चित्रांच्या पुढ्यात बंदूक आणि सतार एकमेकींना बिलगून पडल्या होत्या. माहेरपणाला आलेल्या आणि बोलत-बोलत झोपी गेलेल्या बहिणींसारख्या.

देवदत्त दिवाणखान्यात आला. त्याच्या डोक्याची जखम अजून बांधलेली दिसत होती.

तो पुढे येऊ लागताच मधुरेने त्याच्याकडे भीत-भीत पाहिले. लगेच ती नंदाला बिलगली. खाली पाहू लागली.

'ये, बेटा, ये, ये...' असे म्हणत देवदत्ताने आपले बाहू पसरले.

मधुरेचा हात धरून नंदा पुढे आली. त्याच्या हातात तो हात तिने दिला.

मधुरेला उचलून घेऊन देवदत्त कोचावर बसला.

त्या दोघांकडे कौतुकाने पाहत नंदा समोरच्या कोचावर विसावली.

देवदत्ताच्या डोक्याला बांधलेल्या बँडेजकडे पाहत मधुरेने विचारले,

"फार लागलंय् तुम्हांला, भाईसाहेब?"

देवदत्त हसत उत्तरला,

"छे! थोडं खरचटलंय्!"

टाळ्या पिटीत मधुरा ओरडली,

"खोटं, खोटं! तुम्हांला किती लागलंय्, ते ठाऊक आहे आम्हांला." मग आपले मोठे डोळे अधिकच मोठे करीत तिने प्रश्न केला, "तुमच्या अंगावर वाघीण आली?"

"हो."

"भय वाटलं नाही तुम्हांला?"

"वाटलं की."

"मग काय केलंत तुम्ही?"

"गुड मॉर्निंग, मिसेस् टायगर, असं म्हणून-"

रुसल्याचे नाटक करीत मधुरा मधेच म्हणाली,

"अं- अं- अं आम्ही नाही, जा! आम्ही काय आता लहान नाही! सारं खरं, खरं सांगा आम्हांला."

"बरं, बुवा. खरं सांगतो... बंदूक उचलली."

"मला भय वाटतं बंदुकीचं, भाईसाहेब."

'भित्री कुठली!' असे म्हणत देवदत्ताने तिचे तोंड कुरवाळले. पाठ थोपटली. मग तिचे बोट धरून त्या दोन चित्रांपाशी तो गेला. ओणवून मधुरेचा हात बंदुकीवरून त्याने पुन:पुन्हा फिरविला.

मधुरा हसली, निर्भय नजरेने देवदत्ताकडे पाहत तिने विचारले,

"मला बंदूक उडवायला शिकवाल?"

तिचे मस्तक थोपटीत देवदत्त उद्गारला,

"जरूर, जरूर."

मधुरा खुशीत आली. बंदुकीजवळ पडलेल्या सतारीच्या तारांवरून तिने आपली नाजूक बोटे फिरविली. चिमण्या पाखरांनी क्षणभर किलबिल करावी, तसा मधुर झंकार झाला. मधुरेने मान वळवून प्रश्न केला,

"सतार वाजवायला शिकवाल मला, भाईसाहेब?"

"मला कुठं चांगली वाजवायला येतेय् ती?"

"हे काय, हो, भाईसाहेब? तुम्ही मला सतार शिकविली नाही, तर मी तुमच्याशी तुट्टी करीन!"

नंदाकडे हसून पाहत देवदत्त म्हणाला,

"तुट्टीच्या धमकीपुढं परमेश्वरालासुद्धा शरणचिट्ठी द्यावी लागते!" मधुरेला जवळ ओढीत गंभीरपणे तो म्हणाला, "सतार शिकवीन मी तुला. पण माझी फी आधी द्यायला हवी."

"फी?"

"हो. ती आहे दोन पापे. एक या गालाचा, नि एक या गालाचा."

मधुरा लाजली.

पण देवदत्त केव्हाच ओणवा झाला होता. त्याने पटापट तिचे दोन मुके घेतले.

दोघांच्याही दृष्टीला दृष्टी न देता मधुरा सशाच्या पिलासारखी दिवाणखान्यातून पळून गेली.

६७

मधुरेने निर्माण केलेले खेळकर वातावरण तिच्या पाठोपाठ दिवाणखान्यातून निघून गेले.

दोघेही अवघडलेल्या मनांनी समोरा-समोर बसून राहिली. देवालयाच्या आवारातल्या

भग्न मूर्तींसारखी. बोलायचे तर खूप होते– डोंगर ओलांडायचा होता! पण पायवाट कुठेच दिसत नव्हती.

ही विचित्र शांतता दोघांनाही असह्य झाली. शेवटी हसण्याचा निष्फळ प्रयत्न करीत देवदत्ताने विचारले,

"माझ्यासाठी परत आलीस तू?"

नंदाने नकारार्थी मान हलविली.

"मग? मधूसाठी? वसूसाठी? बापूंच्या शब्दासाठी?"

"अं हं! स्वतःसाठी!"

अगदी अनपेक्षित होते ते उत्तर! निरभ्र आकाशात वीज चमकावी, तसे!

पाताळातून येणाऱ्या प्रतिध्वनीसारखा देवदत्ताच्या तोंडून अस्पष्ट उद्गार निघाला,

'स्वतःसाठी?'

"हो. माझं मन इथं गुंतलंय्, म्हणून."

"वेडी कुठली! आलीस, तशी परत जा, नंदा. गुंतलेलं मन सोडवून घेऊन..."

"गुंतलेलं मन म्हणजे काटेरी तारेत अडकलेला पदर नव्हे, देवदत्त! माणसाचं मन त्याला न विचारता कुठं तरी गुंतून पडतं. तिथनं सुखासुखी सुटत नाही ते! ते सोडवून घेणं सोपं असतं, तर एव्हाना तुम्ही नंदाला विसरून गेला असता! खरं सांगा. अगदी ईश्वरसाक्ष. या महिनाभरात किती वेळा माझी आठवण केलीत तुम्ही? ती का?"

मुक्त हास्य करीत देवदत्त उद्गारला,

"फुकट एम्. ए. झालीस. एल्एल्. बी. झाली असतीस, तर वकिली चांगली चालली असती तुझी!"

मात्र त्याचे ते हास्य लगेच लोप पावले. गंभीर स्वराने तो म्हणाला,

"मी तुला जायला सांगितलं, ते तुझ्या हितासाठी. माणसानं आपलं मनं कुठंही गुंतू देऊ नये, हे चालू जगाचं तत्त्वज्ञान आहे. अलिप्तपणा हा सुखाचा राजमार्ग आहे, असं आजकालचे ऋषिमुनी सांगतात!"

"हा राजरस्ता शेवटी कुठं जातो, ठाऊक आहे? भावनांच्या स्मशानात. जिथं एकही फूल फुलत नाही, अशा वैराण वाळवंटात. या अलिप्तपणामुळंच मोहन गेला, तेव्हा बापूंच्या घरी साध्या समाचारालासुद्धा गेला नाही तुम्ही. हो ना? गेला असता, तर? तर कदाचित तुमचं आयुष्य पार बदलून गेलं असतं!"

"माझं आयुष्य बदलून गेलं असतं?" देवदत्ताने चकित होऊन प्रश्न केला.

"हो! मोहनच्या आईच्या समाचाराला तुम्ही गेला असता, तर त्याची उणीव भरून काढणं हे आपलं कर्तव्य आहे, याची जाणीव तुम्हांला झाली असती. गेला, तो देवदत्त, राहिला तो मोहन, असं मानून बापूंची बायको त्या धक्क्यातून सावरली

असती. त्या देवमाणसांच्या सहवासात तुमच्यांतल्या राक्षसाला, आपलं चंबूगवाळं गुंडाळावं लागलं असतं. तुम्हांला न लाभलेली आई-बापांची माया, बापूंच्या घरी मिळाली असती. तुमच्यांत जे-जे चांगलं आहे, ते-ते त्या मायेच्या ओलाव्यानं फुलून गेलं असतं– बहरून आलं असतं.''

वळवाच्या सरीसारखे देवदत्ताला नंदाचे बोलणे वाटले. आपल्या मनातल्या मातीच्या वासाने धुंद होऊन तो काही क्षण स्तब्ध राहिला. मग स्वतःशीच पुटपुटला,

''असतं आणि आहे! केवढा फरक! स्वर्ग आणि नरक!''

लगेच नंदाकडे पाहत त्याने प्रश्न केला,

''त्या दोघांच्या दुःखात भागीदार होऊन मी सुखी झालो असतो?''

''दुसऱ्याचं दुःख वाटून घेण्यात केवढा आनंद भरला आहे–''

''ही पोपटपंची पुष्कळ वेळा ऐकलीय् मी!''

''पिंजऱ्यातल्या पोपटाचे बोल नाहीत हे, देवदत्त. घायाळ झालेल्या पाखराच्या वेदनेचं गीत आहे हे!''

कातर स्वराने देवदत्त म्हणाला,

''क्षमा कर मला, मी असं बोलायला नको होतं.''

स्निग्ध दृष्टीने तिचे सांत्वन करीत त्याने मृदू स्वरात विचारले,

''तू सुद्धा माझ्यासारखी दुःखी आहेस?''

''आता नाही. इथं येण्यापूर्वी होते. मृत्यूनं माझ्या सुंदर स्वप्नाचा चक्काचूर केला, म्हणून. पण इथं आल्यावर मी माझं दुःख विसरले– तुमचं दुःख पाहून! इथं येईपर्यंत मी माझ्यातच गुरफटून गेले होते. देवदत्त, माणसाचं पहिलं प्रेम स्वतःवर असतं. त्यात अस्वाभाविक असं काही नाही! पण हे प्रेम अंधळं असतं, अहंकारी असतं. ते अष्टौप्रहर आत्मपूजेत दंग होऊन बसतं. त्यामुळं स्वतःवर प्रेम करता-करता माणूस स्वतःच्या क्षुद्र सुख-दुःखांचा कायमचा कैदी होऊन जातो! तुमच्यामुळं या जन्मठेपेतून सुटका झाली माझी.''

'स्वतःवर प्रेम करता-करता माणूस शेवटी स्वतःच्या क्षुद्र सुख-दुःखांचा कायमचा कैदी होऊन जातो!' नंदाचे शब्द देवदत्ताच्या मनात निनादत राहिले– गोलघुमटात पुनःपुन्हा प्रतिध्वनित होणाऱ्या आवाजासारखे.

सारा धीर एकवटून नंदा म्हणाली,

''थोडं स्पष्ट बोलते, देवदत्त, रागावू नका. तुम्ही आणि वसू असेच स्वतःचे कैदी होऊन बसला आहात. स्वतःला विसरून दुसऱ्यावर प्रेम करण्याचा आनंद तुम्ही कधीच चाखला नाही, वसूनं प्रेम केलं तुमच्या पैशावर, प्रतिष्ठेवर! तुम्ही प्रेम केलं तिच्या रूपावर, गळ्यावर! इतक्या वर्षांत वसूला खऱ्या देवदत्तांचं दर्शन

झालं नाही. देवदत्तांनी खरी वसू डोळे भरून पाहिली नाही. तिला भेटले, ते व्यसनाच्या आहारी गेलेले बेछूट देवदत्त! त्यांना भेटली, ती एक सुंदर यांत्रिक बाहुली! दुसऱ्याच्या दु:खाची जाणीव, ही दोन हृदयं जोडणारी सर्वांत जवळची वाट आहे, हे तुम्हां दोघांना–'' आपण फार बोललो, असे वाटून ती एकदम बोलायची थांबली.

देवदत्त काही वेळ चिंतनमग्न झाला. मग समोरच्या विवेकानंदांच्या चित्राकडे पाहत तो म्हणाला,

''वसूचं दु:ख मी जाणून घ्यायला हवं होतं?''

''ते जाणून घेऊन हलकं करायला हवं होतं तुम्ही.''

''माझ्या दु:खाची तिला काडीइतकीही कदर नसताना?''

''प्रेम हा सौदा नाही, देवदत्त. ते ईश्वरी वरदान आहे. प्रकाशासारखं, पावसासारखं!''

''तुझ्यासारखं!'' प्रसन्नपणे हसत देवदत्त उद्गारला.

नंदामध्ये संचारलेली पंडिता क्षणार्धात अदृश्य झाली. देवदत्तांच्या या उद्गाराने तिच्या मनावरून मोरपिसे फिरविली. मात्र त्याच वेळी संकोचून ती कोचाच्या दुसऱ्या बाजूला सरकली. नकळत तिची नजर खाली वळली.

देवदत्त हसत म्हणाला,

''लाजाळूच्या झाडाला एक प्रश्न विचारू का?''

त्याच्या दृष्टीला दृष्टी भिडवीत नंदाने नकारार्थी मान हलविली.

''तुझं माझ्यावर प्रेम आहे?''

''आहे.''

तिच्या स्वरात कंप नव्हता. मुद्रेवर संकोच नव्हता.

तिच्या या दिलखुलास उत्तराने पुढे काय बोलावे, हे देवदत्ताला सुचेना.

स्मित करीत नंदा म्हणाली,

''नंदाचं तुमच्यावर प्रेम आहे. पण ती तुमच्या प्रेमात पडलेली नाही! प्रेमात पडणारा वासनेच्या भोवऱ्यात सापडतो, नाही तर भावनेच्या पुरात वाहत जातो. नुसतं प्रेम करणारा काठावर सुरक्षित राहू शकतो. मी तुमच्या प्रेमात पडले असते, तर आपल्या वाटेतला वसूचा काटा कसा काढावा, याची विवंचना करीत मुंबईत बसले असते– वसू फार आजारी आहे, हे कळताच इथं धावत आले नसते!''

''माझ्यासारख्या व्यसनी मनुष्यावर प्रेम करताना तुला भीती वाटली नाही?''

''तुमची व्यसनं तुमच्या स्वभावाच्या उत्कटतेतून निर्माण झाली आहेत! म्हणूनच हात जोडून एक मागणं मागते मी तुमच्याकडे– या उत्कटतेला उदात्ततेची जोड द्या.''

''ते अशक्य आहे. इतकी वर्षं मी वाहत गेलो, आता– छे! बंदुकीतून

सुटलेल्या गोळीला आपला नेम बदलता येणार नाही! व्यसनी मनुष्य शरीराचा गुलाम होऊन बसतो, नंदा, माझ्या या गुलामगिरीचं प्रदर्शन त्या दिवशी चंदगडावर तू पाहिलं आहेस ना?''

''जसं ते पाहिलंय्, तसंच तुमच्या निग्रही आत्म्याचं दर्शनही घेतलंय्. मधे अनेक महिने तुम्ही मद्याला स्पर्श केला नव्हता. व्यसनाच्या गुलामगिरीतून सुटण्याची धडपड तुम्ही एकटे करीत होता! आता तुमचा एक हात बापूंच्या हातात आहे; दुसरा माझ्या हातात आहे. वसू चांगली बरी होईपर्यंत राहणार आहे मी इथं.''

''माझं ऐक, नंदा. या अभाग्यासाठी हे साहस करू नकोस. लोकगंगेची तुला कल्पना नाही. तिच्यात चिखल फार, पाणी थोडं. तू इथं राहिलीस, तर निष्कारण बदनाम होशील.''

नंदा उसळून म्हणाली,

''स्त्री-पुरुषांच्या शुद्ध मैत्रीची कल्पना ज्याला करता येत नाही, अशा समाजाच्या समाधानासाठी मी तुम्हांला वाऱ्यावर सोडून जाऊ? ते शक्य नाही, देवदत्त! या समाजात प्रतिष्ठित म्हणून आज-काल कोण मिरवताहेत? गडावर भेटलेल्या तुमच्या दोस्तांसारखी मंडळी! या समाजाला खऱ्या नीतीची चाड असती, तर त्यानं तुमच्या आईला वेळीच सळो की पळो करून सोडलं असतं. या समाजाला माणुसकीचं मोल कळत असतं, तर बापूंसारख्या माणसाला त्यानं देव्हाऱ्यात बसवलं असतं. हा समाज रात्र-दिवस कशाची पूजा करीत आहे, हे तुम्ही पाहत आहात ना? पापाच्या पैशानं गबर झालेल्यांची पायधूळ अंगारा म्हणून तो कपाळाला लावीत आहे. चारित्र्याशी ज्यांचा उभा दावा आहे, असे दोन पायांचे शत्रू सत्ताधारी होताच त्यांचे पाय चाटायला तो धावत आहे. या समाजाला भ्यायचं? ते कशासाठी? ते काही नाही! वसू बरी होईपर्यंत मी इथं राहणार! त्यासाठी जे-जे भोगावं लागेल, ते-ते मी आनंदानं सोशीन!''

''आणि वसू बरी झाल्यावर तू काय करणार?''

''मी माझ्या वाटेनं पुढं जाईन. त्या वाटेवर जे भेटतील, त्यांची आसवं पुसता आली, तर माझ्या पदरानं पुशीन. कुणाच्या प्रेमात पडले, तर त्याच्याशी लग्न करीन, उन्हा-पावसात, वादळवाऱ्यात त्याला साथ देईन. मला मुलगी झाली, तर–''

ती क्षणभर थांबली. मग हसत म्हणाली,

''तर तिचं नाव मधुरा ठेवीन. एखाद्या भाऊबीजेला तुम्हांला आग्रहानं बोलावीन, आणि तुमच्यापाशी अशा ओवाळणीचा हट्ट धरीन–''

सुखद झुळकेप्रमाणे वाटणाऱ्या या स्वप्नलहरींनी सुखावलेल्या देवदत्ताने विचारले,

''काय मागशील तू माझ्यापाशी?''

"माझ्या ओवाळणीच्या तबकात तुमची आसवं पडावीत... दु:खी-कष्टी लोकांच्या कणवेनं ओघळलेली आसवं. मनस्वी माणसाच्या अश्रूंत जग बदलून टाकण्याचं सामर्थ्य असतं, देवदत्त."

"हे सारं स्वप्नरंजन झालं, नंदा, दुर्दैवानं वसू बरी झाली नाही, देवदत्ताचा आयुष्यक्रम बदलला नाही, तर–"

समोरच्या विवेकानंदाच्या चित्राकडे पाहत तिने उत्तर दिले,

"उराशी बाळगलेल्या या स्वप्नाचे सारे तुकडे मी गोळा करीन; मनाच्या एका कप्प्यात ते जपून ठेवीन; आणि पुढलं स्वप्न पाहण्यासाठी पुन्हा जीवनाच्या कुशीत शिरेन."

६८

भरताची गोष्ट संपली. पेंगुळलेली मधुरा झोपी गेली. मात्र गोष्ट ऐकताना त्या चिमुरडीने सहज विचारलेले प्रश्न नंदाच्या मनात पिंगा घालीत राहिले–

'चौदा वर्षं पादुकांची पूजा करताना भरताला कंटाळा कसा आला नाही?'

'तो राजा झाला नाही, हे त्याच्या बायकोला कसं आवडलं?'

'परत आल्यावर रामानं भरताला काय दिलं?'

'चौदा वर्षांनी मी केवढी होईन, मावशी? तू केवढी होशील?'

एक-ना-दोन, अनेक स्वैर प्रश्न!

मधुरेची किलबिल बंद होताच नंदाला मोकळे-मोकळे वाटले. सकाळपासून निवांतपणे विचार करायला तिला वेळच मिळाला नव्हता. आता तिला पहिल्यांदा आठवला, तो संध्याकाळचा प्रसंग.

मधुरेला घेऊन बापूंच्या घरी गेली होती ती. दोघीही सावित्रीबाईंच्या खाटेवर बसल्या. त्यांच्या पायांवरून हात फिरवीत नंदाने विचारले,

"कशी आहे तब्येत?"

मंद स्मित करीत सावित्रीबाई उत्तरल्या,

"छान!"

लगेच मधुरेने नंदाला प्रश्न केला

"या तुझ्या आई...?"

नंदाने होकारार्थी मान हलविली.

सावित्रीबाईंचे लक्ष मधुरेवर खिळून राहिलेले पाहून, नंदा तिला म्हणाली,

"आज्जींना नमस्कार कर, बाळ."

मधुरा उठली. तिने वाकून नमस्कार केला.

सावित्रीबाईंच्या डोळ्यांच्या कडा ओलावल्या.

नंदाने विचारले,

"आई, कशी आहे नात?"

मंद स्मित करीत सावित्रीबाई उद्गारल्या,

"छान!"

मात्र आता त्यांची नजर नंदाच्या गळ्याकडे लागली होती.

मधुरा ही तिची मुलगी आहे, असा त्यांचा समज झाला असावा! मुलगी तर समोर दिसतेय्, पण गळ्यात मंगळसूत्र नाही, या गोष्टींचा मेळ त्यांच्या मनाला घालता येत नव्हता! त्या नुसत्या तिच्या ओक्या गळ्याकडे पाहत राहिल्या.

या आठवणीने नंदाला क्षणभर गुदगुल्या झाल्या; पण लगेच तिला गुदमरल्यासारखे वाटू लागले. देवदत्ताशी युक्तिवाद करणारी संध्याकाळची पंडिता जणू पडद्याआड गेली. तिची जागा बाहुली कुशीत घेऊन झोपणाऱ्या लहानग्या नंदाने घेतली. हां-हां म्हणता बाहुलीची मधुरा झाली! छोट्या नंदाची मोठी नंदा झाली! आपल्या जीवनाविषयी ती विचार करू लागली. अनामिक हुरहुरीने तिचे मन भरून गेले!

ती उठली. बाहेर बागेत आली. बाहेरच्या गार वाऱ्याने तिला फार बरे वाटले. तिने वर पाहिले.

आकाशात नक्षत्रांची मोत्ये सर्वत्र विखुरली होती. पश्चिमेकडे शुक्र लखलखत होता– मोत्यांच्या तबकात मध्येच उठून दिसणाऱ्या हिऱ्यासारखा!

वायुलहरींवरून गोड सूर रुणझुणत येऊ लागले. देवदत्ताच्या बंगल्याकडून ते येत होते. ती थोडी पुढे गेली. सतारीचे बोल होते ते!

नंदा आनंदली. देवदत्ताचे मन उल्लसित झाल्याचे लक्षण होते हे!

ती एकाग्र चित्ताने ऐकू लागली. त्या मधुर, जाळीदार सुरांच्या बुरख्याआड लपलेले शब्दसुद्धा सुंदर असावेत. हळूहळू फलकावर चित्राकृती निर्माण व्हावी; तसे त्या सुरांनी तिच्या मनात शब्दरूप धारण केले.

'मोगरा फुलला, ऽ ऽ मोगरा फुलला!'

६१

'ताईसाहेब, ताईसाहेब...' या हाकांनी ती जागी झाली.

मनगटावरच्या घड्याळाकडे तिने पाहिले.

सव्वाचार वाजले होते.

पुन्हा बाहेरून हाका ऐकू आल्या.

"ताईसाहेब, ताईसाहेब..."

ती लगबगीने उठली, दार उघडून बाहेर आली. देवदत्ताचा नोकर दारात उभा होता!

"काय, रे"? तिने साशंक स्वराने विचारले.

"सरकार-स्वारीचा कुठं पत्ता नाही, ताईसाहेब!"

"म्हणजे?" असा भीतियुक्त उद्गार काढून नंदा देवदत्ताच्या बंगल्याकडे चालू लागली.

चालता-चालता नोकर सांगू लागला,

"रात्री अकरापर्यंत सरकार जागे होते. ते लायब्ररीत गेले. मग सतार वाजवीत बसले, अकराच्या सुमाराला आपण झोपी गेलो. जाग आल्यावर पाहिलं, तर दिवाणखान्यात दिवे जळताहेत! दार सताड उघडं आहे! आत जाऊन पाहिलं! पण तिथं सरकार नव्हते. लायब्ररीत गेलो. तिथंही ते नव्हते! सगळीकडे शोधलं, पण कुणालाच काही ठाऊक नाही! म्हणून आपल्याकडे धावत आलो."

धडधडणाऱ्या काळजाने नंदा त्याचे बोलणे ऐकल्यासारखे करीत होती. पण पाऊल दिवाणखान्याच्या पायरीवर पडण्याच्या आधीच तिचे मन आत जाऊन पोहोचले होते. नाना प्रकारच्या कुशंकांनी ते काजळून गेले होते.

दिवाणखान्याच्या मध्यभागी मोठा दिवा जळत होता. त्या स्वच्छ प्रकाशात तिने चहूंकडे पाहिले.

काही तरी बदल झाला आहे, असा तिला भास झाला. लगेच तिच्या लक्षात आले, समोर विवेकानंदांचे एकच चित्र दिसत आहे! ती पुढे झाली. त्या चित्रासमोर सतार ठेवली होती. मात्र हेमिंग्वेचे चित्र आणि त्याच्या पुढ्यातील बंदूक या दोन्ही गोष्टी तिथे नव्हत्या! ती अगदी जवळ गेली. सतारीच्या तारांत गुंतवून ठेवलेले एक पत्र तिला दिसले. तिने ते चटकन् काढून घेतले, वर कुणाचेच नाव नव्हते! ती अधीरतेने ती वाचू लागली–

प्रिय नंदाताई,

हे पत्र पाहून तू रागावशील. तुझा निरोप न घेता मी जात आहे. क्षमा कर मला. खरं सांगू? माझा निश्चय तुझ्या डोळ्यांतल्या एका थेंबात विरघळून जाईल, अशी भीती वाटली मला!

देवालयाच्या गाभाऱ्यातल्या घंटानादाप्रमाणं संध्याकाळचं तुझं बोलणं माझ्या अंतर्मनात घुमत राहिलं आहे, पुन:पुन्हा कुणी तरी मला सांगत आहे,

'देवदत्ता, ऊठ. पिंजऱ्याचं दार अर्धवट उघडलं आहे. चल, विलंब

लावू नकोस. बाहेर भरारी मार. निळं, मोकळं आकाश तुला बोलावीत आहे. तुझ्या मुक्तीचा हा मंगल क्षण आहे.'

'दु:ख ही दोन हृदयांना जोडणारी सर्वांत जवळची वाट आहे.' हे तुझे शब्द माझ्या मनाची वीस वर्षांची काजळी झाडून टाकीत आहेत. तुझ्या शब्दाशब्दांची कळी माझ्या मनात फुलत आहे. त्या सुगंधानं मन अधिक-अधिक धुंद होत आहे.

या धुंदीत एक विलक्षण भास होतोय् मला–

एका भव्य देवालयात मी एकटाच फिरत आहे. भिंतीवरल्या नद्या-निर्झरांबरोबर गाणी गात, फळाफुलांच्या रंगांनी रंगून जात, छताच्या नक्षीकामात नक्षत्रांनी नटलेलं आकाश पाहत..

पाहता-पाहता एक गोष्ट मात्र मधेच मनाला खटकते.

भुताटकीनं झपाटलेल्या वाड्यासारखं हे देवालय ओकं-ओकं का भासतंय्? इथं भक्तांची ये-जा का दिसत नाही?...

देवालयाचं सौंदर्य पाहून डोळे शिणले. फिरून-फिरून पाय थकले. विसाव्यासाठी मी एका पायरीवर बसतो-न-बसतो, तोच आतडं पिळवटून टाकणारा एक हुंदका माझ्या कानी पडतो. मला राहवत नाही! त्या दु:खाच्या दिशेनं मी पुढं जातो.

एका अंधाऱ्या कोपऱ्यात निर्माल्याच्या भल्यामोठ्या ढिगाआड एक वृद्ध गुडघ्यांत मान घालून स्फुंदत असलेला दिसतो... त्याची मला दया येते. मी त्याच्याजवळ जाऊन बसतो. पाठीवरून हात फिरवीत मी त्याला विचारतो,

'आजोबा, तुमचं नाव काय?'

मान वर न करता कापऱ्या स्वरानं तो उत्तरतो,

'परमेश्वर...'

मी मनात चरकतो. वाटतं, हा वृद्ध बहुधा वेडा असावा! मी भीत-भीत विचारतो,

'इतकं कसलं दु:ख झालंय् तुम्हांला?'

मान वर करून अश्रू पुशीत वृद्ध उद्गारतो,

'माझ्या एकुलत्या एका मुलानं मला फसविलं– माझा गळा कापला! किती उमेदीनं, किती आशेनं मी त्याला लहानाचा मोठा केला! पण–'

मी उत्सुकतेनं प्रश्न करतो,

'तुमच्या मुलाचं नाव काय?'

दीर्घ सुस्कारा सोडीत वृद्ध उद्गारतो,

'मनुष्य!'

वसूचे डॉक्टर मला भेटायला आले, तेव्हा हा भास नाहीसा झाला– मन अधिक अस्वस्थ करून! बुद्ध, ख्रिस्त, गांधी, श्वायत्झर, विवेकानंद– अगणित नावं आठवली. किती संतांनी, किती महात्म्यांनी, किती देवमाणसांनी, किती समाजसेवकांनी, परमेश्वराचे अश्रू आजपर्यंत पुसले असतील! पण ते अजून वाहत आहेत– सारखे वाहतच आहेत!

हे असंच चालायचं? युगामागून युगं आली आणि गेली, तरी? परमेश्वराला सतत रडायला लावणारे, आणि त्याची आसवं पुसण्यासाठी धडपडणारे, या दोन जाती जगात सदैव असाव्यात, असाच सृष्टीचा संकेत आहे काय?

स्वतःवरून सांगतो मी, नंदा. मनुष्य स्वभावतः क्षुद्र आहे; स्वार्थी आहे; अहंकारी आहे; सुखलोलुप आहे; नाना प्रकारच्या वासनांनी बरबटलेला आहे. संस्कृतीनं बहाल केलेले सात्त्विक मुखवटे चढवून आज-काल तो जगात वावरत आहे! पण मुखवट्यांनी काही मन बदलत नाही! माणसाच्या उद्दाम मनोविकारांना उत्कट करुणेची जोड मिळायला हवी! 'तत् त्वमसि' अशी अनुभूती देणारी करुणा– But for the grace of God there go I असं वाटायला लावणारी करुणा! ही करुणा नसेल, तर मनुष्य पशू होईल! Passion and compassion must go hand in hand.

माणसाचं मन बदललं, तरच हे जग बदलेल! त्यातलं दु:ख कमी होईल! आधी माणसाचं मन बदललं पाहिजे. देवदत्ताला प्रामाणिकपणे असं वाटतं ना? त्यानं या प्रयोगाचा प्रारंभ स्वत:पासून करायला हवा!

मी विचार करीत राहिलो. परमेश्वराचे अश्रू पुसणारी माणसं या जगात थोडी असतील; पण त्यांचा आनंद अलौकिक असला पाहिजे. सर्वस्वाच्या समर्पणाची धुंदी, मानवतेवरल्या प्रेमाची धुंदी– मी किती अभागी आहे! या धुंदीचा अद्भुत आनंद मला कधीच लाभला नाही. बापूंसारख्या दरिद्री माणसानं देशभक्तीच्या रूपानं तो मनसोक्त चाखावा, आणि जहागिरदार देवदत्ताला त्याचं दर्शनही घडू नये?

काळोख केव्हाच पडला होता, पण काही केल्या विचारचक्राची भ्रमंती थांबत नव्हती. मी उठलो. लायब्ररीत गेलो; पण आज सारी आवडती पुस्तकं माझ्या लेखी नावडती झाली. परत आलो. किती-किती दिवसांनी सतार हाती घेतली. काही क्षण मनातल्या इंगळ्या पेंगुळल्या.

सतार मुकी झाली. इंगळ्यांनी पुन्हा आपल्या नांग्या उभारल्या!

मी स्वत:ला सदैव दुर्दैवी मानीत आलो– अश्वत्थाम्यासारखा!– एकाकी, परित्यक्त, बहिष्कृत. सर्वांकडून सर्व दृष्टींनी वंचित! स्वत:च्या दु:खाच्या

डबक्यात मी अष्टौप्रहर बुडून राहिलो. त्यातला चिखल चिवडीत!

आज पहिल्यांदा मला कळतंय्. अश्वत्थाम्यानं जे भोगलं, त्यात दैवाइतकाच त्याचाही दोष आहे! त्यानं घेतलेला पांडवांचा तो अमानुष सूड! एका अंधळ्या मनोविकाराच्या नंग्या नाचाखेरीज त्यात दुसरं काय होतं? त्या सूडानंच त्याचा बळी घेतला. चिरजीवनाचा शाप काय त्याला एकट्यालाच मिळालाय्? सहा थोर सहप्रवासी अनंतकाळाच्या या यात्रेत त्याच्याबरोबर आहेत. सर्वस्वी निरपराध असूनही! मग अश्वत्थाम्यानं आपलंच दुःख चिरकाल का उगाळीत बसावं?

जन्माला येणारा प्रत्येक मनुष्य आपापल्या परीनं शापित असतो! अश्वत्थाम्याचा पिता द्रोण हा काय कमी दुर्दैवी होता? या विद्वान, पण दरिद्री ब्राह्मणाला द्रुपदाच्या दरबारी अपमानित व्हावं लागलं. दारिद्र्यानं त्याला कौरवांच्या आश्रयाला नेलं. पोटानं पापाशी त्याची कायमची सोयरीक जोडली. केवळ मुलाच्या मायेमुळं, 'अश्वत्थामा मारला गेला', असा पुकारा कानी येताच त्यानं हातचं शस्त्र खाली टाकलं. मृत्यूला मार्ग मोकळा करून दिला! यांतलं कोणतं दुःख अश्वत्थाम्यानं वाटून घेतलं? तो सदैव स्वतःतच गुरफटून राहिला! अजूनही तो तसाच आहे– मस्तकातल्या व्रणाची वेदना कमी व्हावी, म्हणून तेलाची भीक मागत वणवण फिरत आहे!

मीही त्याच्यासारखाच जगलो. पळापळाला स्वतःची दुःखं कुरवाळीत. क्षुद्र, क्षणिक सुखाचा प्राणपणानं पाठलाग करीत. माणसांचं छोटं दुःख जगाच्या मोठ्या दुःखात मिसळून गेलं, की त्याला सुखाची चव येते, हे मला कधीच कळलं नाही!

नंदाताई, मी निघून जात आहे, तो ही चव चाखण्यासाठी. जगातल्या दुःखाच्या जवळ जाऊन त्यांचं दर्शन घेण्यासाठी. आधी मी हृषीकेशला जाईन. लक्ष्मणझूल्याजवळ भर दुपारच्या उन्हात भीक मागत बसलेल्या महारोग्यांना भेटायला, 'तुमचं नि माझं भावा-भावाचं नातं आहे,' असं त्यांना सांगायला, त्यांचं दुःख कसं हलकं करता येईल, ते पाहायला. मग–

वसूला शॉक ट्रीटमेंटच द्यावी लागेल, असं डॉक्टर म्हणाले, तिला चांगलं बरं वाटायला वर्ष, सहा महिने लागतील, असं त्यांचं मत आहे. या काळात मी इथं असलो, तर लोकांच्या कुतर्कांना निष्कारण जागा करून दिल्यासारखं होईल. माझ्यासाठी तू कोणतंही दिव्य करायला तयार आहेस. पण–

वसू बरी होईपर्यंत मी देशभर फिरत राहणार आहे. पूर्वीप्रमाणे विलासपूरचा जहागिरदार म्हणून नव्हे; विशाल जनसागरातला एक चिमुकला बिंदू म्हणून–

सर्वत्र पसरलेल्या दुःखाचं दर्शन घेत. डोळ्यांत उभ्या राहणाऱ्या आसवांनी स्वतःची पापं धुऊन काढीत!

माझी काळजी करू नकोस. देवदत्त कुठंही असला, तरी तुला दुःख होईल, असं काहीही त्याच्या हातून होणार नाही. त्याविषयी अगदी निर्धास्त राहा. माझ्या या तीर्थयात्रेला बाह्यतः मी एकटाच जात आहे. पण माझ्याबरोबर छायारूपाने नंदा रात्रं-दिवस असेल, याविषयी मी निःशंक आहे.

एका वेड्या आशेचा अंकुरही मनात उगवला आहे. या भ्रमंतीत कुठं तरी माझी आई मला भेटेल! नाही कुणी म्हणावं? तू माझ्या आयुष्यात येशील, असं पाच-सहा महिन्यांपूर्वी कुणी भविष्य वर्तविलं असतं, तर मी त्याची वेड्यात गणना केली असती!

आई भेटली, तर तिला मी एवढंच सांगणार आहे,

''या जगात सारेच गुन्हेगार आहेत, असं तुला वाटतं. खरं सांगू? या जगात कुणीही गुन्हेगार नाही!''

तुझा
देवदत्त

पत्र घेऊन नंदा बाहेर पडली.

कुशीत झोपलेल्या तान्ह्या बाळाकडे स्निग्ध दृष्टीने पाहणाऱ्या आईसारखी बाहेर पसरलेली रात्र तिला वाटली. न-कळत तिला ती दुसरी भयानक रात्र आठवली. आत्महत्या करण्यासाठी समुद्रात एकेक पाऊल पुढे जाणारी नंदा तिच्या डोळ्यांपुढे उभी राहिली; पण काही केल्या त्या नंदाची तिला ओळख पटेना! ती स्वतःशीच हसली.

उल्लसित मनाने तिने वर पाहिले.

तऱ्हेतऱ्हेच्या फुलांनी भरलेल्या परडीसारखे आकाश दिसत होते. पूर्वेकडे लखलखणारा शुक्र या परडीतल्या मोगऱ्याच्या फुलासारखा भासत होता. ती गुणगुणू लागली,

'मोगरा फुलला ऽ ऽ मोगरा फुलला...'

* * *

वि. स. खांडेकर यांची अजरामर साहित्याकृती

ययाति

कै. विष्णु सखाराम तथा भाऊसाहेब खांडेकर यांच्या एकूण साहित्यकृतींच्या रत्नमाळेतील 'ययाति'चे स्थान मेरुमण्यासारखे आहे.

या कादंबरीचा पुराणाशी केवळ नावापुरता संबंध नाही. एका प्रसिद्ध पौराणिक उपाख्यानाचे धागेदोरे घेऊन ते त्यांनी या कादंबरीत स्वतंत्र रीतीने गुंफले आहेत.

आपल्या प्रतिभेची जात, तिची शक्ती आणि तिच्या मर्यादा यांची योग्य जाणीव झालेल्या खांडेकरांनी आत्माविष्काराला योग्य अशीच कथा निवडली. ती ज्या माध्यमातून त्यांना प्रगट व्हावीशी वाटली, त्याच्यावर त्यांचे प्रभुत्व होतेच. पुराणकथांत जे भव्य-भीषण संघर्ष आढळतात, त्यांचे मंथन करण्याची अंगभूत शक्तीही त्यांच्या चिंतनात होती. जीवन जसे एका दृष्टीने क्षणभंगुर आहे, तसेच, ते दुसऱ्या दृष्टीने चिरंतन आहे; ते जितके भौतिक आहे, तितकेच आत्मिक आहे, या कठोर सत्याचे आकलनही त्यांनी पूर्णत्वाने झालेले होते. त्यामुळेच एका पौराणिक कथेच्या आधाराने एक सर्वोत्तम ललितकृती कशी निर्माण करता येते, याचा आदर्श वस्तुपाठच 'ययाति'च्या रूपाने श्री. खांडेकरांनी वाचकांपुढे ठेवला आहे.

कामुक, लंपट, स्वप्नातही ज्याला संयम ठाऊक नाही, असा ययाति; अहंकारी, महत्त्वाकांक्षी; मनात दंश धरणारी आणि प्रेमभंगाने अंतरंगात द्विधा झालेली देवयानी; स्वत:च्या सुखाच्या पलीकडे सहज पाहणारी आणि ययातीवर शरीरसुखाच्या, वासनातृप्तीच्या पलीकडच्या प्रेमाचा वर्षाव करणारी शर्मिष्ठा आणि निरपेक्ष प्रेम हाच ज्याचा स्वभावधर्म होऊन बसला आहे, असा विचारी, संयमी व ध्येयवादी कच या चार प्रमुख पात्रांमधील परस्परप्रेमाची विविध स्वरूपे या कादंबरी समर्थपणे चित्रित झाली आहेत.

'ही कादंबरी ययातीची कामकथा आहे, देवयानीची संसारकथा आहे. शर्मिष्ठेची प्रेमकथा आहे आणि कचाची भक्तिगाथा आहे, हे लक्षात घेऊन वाचकांनी ती वाचावी,' अशी अपेक्षा स्वत: खांडेकरांनीच प्रकटपणे व्यक्त केली आहे.

कुटुंबाच्या सुखासाठी सर्वस्वाचा त्याग करणाऱ्या
कुटुंबप्रमुखाची करुण कथा

सुखाचा शोध

वि. स. खांडेकर

'मानवी जीवन हा एक प्रकारचा त्रिवेणी संगम आहे. स्वत:चे सुख आणि विकास ही या संगमातील पहिली नदी. कुटुंबाचे ऋण फेडणे हा त्यातला दुसरा प्रवाह आणि ज्या समाजाचा घटक म्हणून समाजाच्या प्रगतीला हातभार लावणे ही या संगमातील गुप्त सरस्वती.'

मानवी जीवनाचे रहस्य सांगणारे हे क्रांतीकारी विचार वि.स.खांडेकरांनी 'सुखाचा शोध' या कादंबरीतून मांडले आहेत.

'त्यागातच दु:ख असते' ही परंपरागत जीवनमूल्ये प्रमाण मानणारा 'आनंद', एकावरच संसाराचे ओझे लादणारी 'आप्पा आणि भय्या' ही कर्तृत्वहीन माणसे, मनामनाची मिळवणी करण्यात असमर्थ ठरलेली सुशिक्षित 'माणिक' आणि भावनातिरेक व भावनाशून्यता या दोन्ही विकृतींपासून अलिप्त असलेली 'उषा' ही सर्व पात्रे हेच सांगतात की, परंपरागत आदर्श आंधळेपणाने पाळणे हे व्यक्तीच्या तसेच समाजाच्या दृष्टीनेही अहितकारक ठरते.

मानवी मूल्यांच्या दृष्टीने भोगापेक्षा त्याग श्रेष्ठ आहे; परंतु त्याग कधीही कुपात्री होता कामा नये.

व्यक्तीगत ऋण, कुटुंबऋण आणि समाजऋण ही तीनही सर्वसामान्य माणसाच्या जीवनात अविरोधाने नांदू शकली तरच हे जीवन यशस्वी झाले असे म्हणता येईल.

www.ingramcontent.com/pod-product-compliance
Lightning Source LLC
LaVergne TN
LVHW052034240825
819404LV00032B/527
* 9 7 8 8 1 7 7 6 6 6 2 8 1 *